தாய்ப்பால் எனும் ஜீவநதி

1

டாக்டர் இடங்கர் பாவலன்

பாரதி
புத்தகாலயம்

Thaipaal Enum Jeevanathi 1 (in Tamil)
Dr. Idangar Pavalan
First Published: November, 2022
Published by
BHARATHI PUTHAKALAYAM
7, Elango Salai, Teynampet, Chennai - 600 018
Email: thamizhbooks@gmail.com / www.thamizhbooks.com

தாய்பால் எனும் ஜீவநதி 1
டாக்டர் இடங்கர் பாவலன்
முதல் பதிப்பு: நவம்பர், 2022

வெளியீடு:

பாரதி புத்தகாலயம்

7, இளங்கோ சாலை, தேனாம்பேட்டை, சென்னை - 600 018
தொலைபேசி : 044-24332424, 24332924, 24356935

விற்பனை நிலையங்கள்

அருப்புக்கோட்டை: கதவுஎண் 49 A/4 மெயின் ரோடு, தெற்கு தெரு - 9994173551
ஈரோடு: 39: 39 ஸ்டேட் பாங்க் சாலை - 9245448353
கரூர்: நாரத கானசபா அருகில் (TNGEA OFFICE)- 9442706676
காரைக்குடி : 12, 2 வது தெரு, கம்பன் மணிமண்டபம் பின்புறம் - 9443406150
கும்பகோணம்: 352, ரயில் நிலையம் எதிரில் - 9443995061
கோவை: 77, மசக்காளிபாளையம் ரோடு, பீளமேடு - 8903707294
சிதம்பரம்: 22A / 18B தேரடி கடைத் தெரு, கீழவீதி அருகில் - 9994399347
செங்கல்பட்டு: 1 D ஜி.எஸ்.டி சாலை - 044 27426964
சேலம்: 15, வித்யாலயா சாலை சாலை | பாலம் 35, அத்வைத ஆஸ்ரமம் சாலை 0427 2335952
தஞ்சாவூர்: காந்திஜி வணிக வளாகம் காந்திஜி சாலை - 9655542400
திண்டுக்கல்: பேருந்து நிலையம் - 9942331105, 9976053719
திருச்சி: வெண்மணி இல்லம், கரூர் புறவழிச்சாலை - 9994289492
திருநெல்வேலி: 25A, ராஜேந்திரநகர் - 9442149981
திருப்பூர்: 447, அவினாசி சாலை - 9486105018
திருவண்ணாமலை: முத்தம்மாள் நகர்
திருவல்லிக்கேணி: 48, தேரடி தெரு - 9444428358
திருவாரூர்: 35, நேதாஜி சாலை - 9442540543
நாகர்கோவில்: 699 கே.பி.ரோடு R.V.புரம் - 9443450111
நெய்வேலி: பேருந்து நிலையம் அருகில், - 9443659147
பழனி: பேருந்து நிலையம் அருகில் - 7010760693
பாண்டிச்சேரி : கிழக்கு கடற்கரைச்சாலை, இலாசுப்பேட்டை, 9486102777
பெரம்பூர்: 52, கூக்ஸ் ரோடு - 9444373716
மதுரை: 37A, பெரியார் பேருந்து நிலையம் - 045 22324674 & சர்வோதயா மெயின்ரோடு
வடபழனி: பேருந்து நிலையம் எதிரில் அடையார் ஆனந்தபவன் மாடியில் - 9444476967
விருதுநகர்: 131, கச்சேரி சாலை - 0456 2245300
வேலூர்: பேஸ் III, சத்துவாச்சாரி - 9442553893

நினைத்த நூல்கள்... நினைத்த நேரத்தில்...

thamizhbooks.com | 8778073949

அச்சு : பிரிண்டெக், சென்னை - 600 005.

சமர்ப்பணம்

எனது எழுத்துலக வாழ்வின்
அத்தனை சாத்தியங்களுக்கும் வித்திட்ட
அ.செல்வதரன் - அழகுபாரதி அவர்களுக்கு...

என்னுரை

பெண்ணாகக் கற்பிதம் செய்துகொண்டு...

ஒரு ஆணாக இருந்துகொண்டு, தாய்ப்பால் குறித்து எழுத மிகவும் சிரமப்பட்டேன். ஒருவகையில், நான் மருத்துவராகயிருப்பது உதவியிருந்தாலும்கூட இதுபற்றி எழுத அதிக உழைப்பு தேவைப்பட்டதை உணர்ந்தேன். குறிப்பாக, எழுதும் காலத்தில் பெண்களை அதிகம் கவனிக்க வேண்டியிருந்தது, தாய்மார்களை கூர்ந்து அவதானிக்க வேண்டியிருந்தது. வீட்டில் தனித்திருக்கும் பல சமயங்களில், என்னைப் பெண்ணாகக் கற்பனை செய்துகொள்ள முயன்றிருக்கிறேன். எனது வெளித்தோற்றத்தை முடிந்தவரையில் மறந்து, இப்போது நான் பெண்ணாயிருந்தால் எதன் துயரத்தை அனுபவித்திருப்பேன், எதன் முடிச்சில் என் மகிழ்ச்சி அவிழ்க்கப் பட்டிருக்கும் என்று எனக்குள்ளாக, ஒரு பெண்ணைப் பாடுபட்டு வளர்த்துக்கொண்டிருந்தேன்.

அடிக்கடி, என் நெஞ்சுப்பகுதியைப் பார்த்துக்கொள்வேன். பரிணாமத்தில் திரள்கிற மார்புகள் பற்றிய மருத்துவ உடற்கூறுகளின் வழியே, எனக்கு பெருத்த மார்புகள் இருப்பதாக கற்பனை செய்துகொள்வேன். அப்போதும், மார்பகத்தைப்பற்றி எழுதுவதில் ஆண் மனம் வந்து குறுக்கே நிற்கும். அவற்றை உறுப்பென்ற அளவில் ஆண் மனம் பார்க்க எத்தனித்தாலும், பெண்ணென்ற நிலையில் ‘இவை, இன்னொரு ஜீவன் உயிர்ப்பதற்கான ஊற்றுகள்’ என்று விடாப்பிடியாக என்னை நம்பவைத்துக் கொண்டிருப்பேன்.

குழந்தைகள் வைத்து விளையாடுகிற பொம்மைகளைக் கவனிக்கிறபோது, எனக்குள் ஒரு குழந்தையை உருவகித்துக் கொள்வேன். எந்தக் குழந்தையைக் கண்டாலும், என் குழந்தைபோல அவர்களை யாசித்து திளைக்கிறபோது உடலில், உள்ளத்தில் ஏற்படுகிற மெலிதான மாற்றங்களைக் கவனிப்பேன். அவர்களை என் மார்பில் கிடத்தினால், அதன் கூச்ச உணர்வை இன்னும்

நுட்பமாகக் குவித்து உழன்றபடி இருப்பேன். தாய்ப்பால் பற்றி எழுதுகையில் பலமுறை, பொம்மைக் குழந்தைகளைத் தேடிப்பிடித்து மடியில் கிடத்தி பாலூட்டுவதுபோல பாவனை செய்யவேண்டியிருந்தது.

இப்படி ஒவ்வொருமுறையும், தாய்ப்பால் பற்றி எழுத முனைகிற போதில் என்னையே நான் பெண்ணாக்கிக்கொள்ள வேண்டியிருக்கும். சில சமயங்களில், நான் ஆணாக இருக்கிறேனா, பெண்ணாக உணர்கிறேனா என்பதை பரிசீலித்துக் கொள்ள வேண்டிவரும். இதுவொரு ஆபத்தான முயற்சியென்றாலும், பிரசவித்த ஒரு பெண்ணின் வலியை உணர்வதற்கு வேறு எதுவும் என்னிடம் இல்லை. இந்த பரீட்சார்த்த முயற்சியில், உணர்ச்சிக் குழப்பம் ஏற்பட்டால் அதலபாதாளத்தில் தடுக்கி விழவும் வாய்ப்பிருக்கிறது. ஏதோ ஒருவகையில் இப்பரீட்சை, பெண்களைப் பற்றிப் புரிந்துகொள்ள இப்போது வரையிலும் உதவியிருக்கிறது. ஆணாக, ஒரு பெண்ணின் வலியை உணர்ந்து துடிப்பதற்கு பயில முயற்சித்திருப்பதாக நம்புகிறேன்.

தாய்ப்பால் ஊறுகிற மார்பின் உணர்வலைகளை எழுதிய சில நேரங்களில், என் உடம்பே கூசுவது போலான நடுக்கத்தை உணர்ந்திருக்கிறேன். ஒருவகையில் இது, எனக்கு நானே கற்பிதம் செய்துகொள்வதுதான் என்றாலும்கூட, இந்த உணர்வை அப்படியே இச்சமூகத்திற்குத் தர வேறென்ன வழி இருக்கிறதென்று தெரியவில்லை. இதற்குமுன், தாய்ப்பாலுக் கென்றே தனித்த புத்தகம் வந்திருக்கிறதா என்று தேடிக்கொண்டிருக்கிறேன். குழந்தைப்பேறு என்பதை, கருத்தரித்து பிள்ளை பெறுகிற காலம் வரைக்குமான ஒன்றாகவே இன்றுவரை புரிந்து வந்திருப்பதால், தாய்ப்பாலும் அதன் அங்கம் என்ற புரிதலுக்கு இடமில்லாமல் போய்விட்டது. மகப்பேறு பற்றிய புத்தகங்களில், தாய்ப்பால் குறித்த பதிவு, சிறிய கட்டுரை அளவிலேயே இடம்பெற்றிருக்கிறது.

பத்து மாதங்கள் வயிற்றுக்குள் குருதி வார்த்து பெற்றெடுக்கும் பிள்ளையை, பிரசவித்தவுடன் மார்பிலிருந்து பால் வார்த்தும் வளர்த்தெடுக்க வேண்டியிருக்கிறது. ஆக, இரண்டுமே முக்கியத்துவம் வாய்ந்ததாக இருக்கிறது. அப்படியிருக்க, இன்றைய காலத்தில் கர்ப்பத்திற்கும், சுகப்பேறுக்கும் கொடுக்கப்பட்ட முக்கியத்துவம், தாய்ப்பாலுக்கு அளிக்கப்பட்டிருக்கிறதா என்றால் நிச்சயமாக இல்லை. கர்ப்பம் பற்றி, சுகப்பேறு பற்றி கிராமங்களில், நாசுக்காக பல அனுபவ அறிவின் வழியே பெண்களைத் தயார்

படுத்துகிற போக்குகள் இருந்தாலும்கூட, அப்படிப்பட்ட அனுபவ அறிவின் வழியே பாலூட்டும் பண்பாடும் ஓரளவே நமக்குக் கிடைக்கிறது. அதிலும் பல மூடநம்பிக்கைகளையே காண்கிறோம்.

இத்தகைய சூழலில், தாய்ப்பால் பற்றிய அறிவியல்பூர்வமான விசயங்களை பெண்களுக்கும், தாய்மார்களுக்கும், இச்சமூகத்திற்கும் கொண்டுசேர்க்கும் முயற்சியின் விளைவே இந்தப்புத்தகம். இதன்வழியே எது சரி, எது தவறு என்று, தாய்ப்பால் பற்றிய தொடர் உரையாடலை ஆரோக்கியமான வகையில் நடத்துவதற்கு இந்த முயற்சி உதவுமென நம்புகிறேன். இப்புத்தகம், தாய்ப்பால் பற்றிய அறிமுகம் மட்டுமே. இதைத் தொடர்ந்து, தாய்ப்பால் கொடுக்கும் வழிமுறைகள், தாய்ப்பால் குறித்து சமூகத்தில் நிலவுகிற பலவிதமான பண்பாட்டுச் செயல்பாடுகள் மற்றும் தாய்ப்பால் குறித்த தொல்காலத்திலிருந்து தற்போது வரையிலான வரலாற்றுப் பார்வை என நான்கு பாகங்களாக தாய்ப்பால் குறித்து தொகுப்புகளைக் கொண்டுவர வேண்டும் என்ற ஆசை இருக்கிறது. இதை எழுத, காலமும் வயதும் ஒத்துழைக்க வேண்டும்.

2019ஆம் ஆண்டு தொடக்கத்தில், பேரன்பிற்குரிய எழுத்தாளர் அ.செல்வதரன் அழகுபாரதி அவர்களின் ‘லெமன்சிட்டி’ இதழில்தான் இக்கட்டுரைகள் தொடராக வெளிவந்தது. இதுதான், நான் எழுத முயற்சித்த ஆரம்பகட்ட எழுத்துகளும்கூட. இத்தகைய வாய்ப்புகள் எனக்கு வழங்கப்படாதிருந்தால், எழுத்துத்துறையில் இவ்வளவுதூரம் பயணித்திருக்க மாட்டேன். பல்வேறு வாசிப்பு, எழுத்து என்று ஒருவகை புரிதல் வந்த பின்னால், இப்போதைய புரிதலுக்கேற்ப மறுபடியும் பாரதி புத்தகாலயத்தின் புக்டே இணையத்திற்கு வேறுவடிவில் எழுதிவந்தேன்.

இத்தனை ஆண்டு பயணத்தில், இப்போது பாரதி புத்தகாலயத்தில் இவை புத்தகமாகக் கிடைப்பது மகிழ்ச்சியளிக்கிறது. பாரதி புத்தகாலயத்திற்கு மனப்பூர்வமான நன்றிகள். இப்புத்தகத்திற்கு அணிந்துரை வழங்கிய எழுத்தாளர் சசிரேகா அவர்களுக்கு நன்றியை தெரிவித்துக் கொள்கிறேன். இப்புத்தக உருவாக்கத்தில் உதவிய கவிஞர் ஸ்ரீஷங்கர் அவர்களுக்கும் எனது பேரன்புகளை உரித்தாக்குகிறேன்.

டாக்டர் இடங்கர் பாவலன்

08.04.22

அணிந்துரை

பெண்ணுடல் எனும் மாயம்

கலை இலக்கியத் தளத்தில் இயங்கும் ஒவ்வொரு படைப்பாளனுக்கும், இச்சமூகத்தில், தன் படைப்பின்மூலம் சிறுமாற்றமேனும் நிகழ்ந்தால் நல்லதே என்ற நோக்குடன்தான் இருக்கும். அதிலும் டாக்டர் இடங்கர் பாவலனின் எழுத்துகளில், பெண்களின் வாழ்நிலையில் முக்கியமான, கர்ப்பகாலம் மற்றும் குழந்தை வளர்ப்பு என்ற ஆரம்பப் புள்ளியிலிருந்து மாற்றம் நிகழ வேண்டுமே என்கிற எத்தனிப்புதான் அதிகமிருக்கிறது. அவரின் முந்தைய கட்டுரைத் தொகுப்புகளான 'மசக்கை', 'பேசும் காச்சக்காரம்மன்' புத்தகமும் அதையேதான் பேசுகின்றன. இந்த 'தாய்ப்பால் எனும் ஜீவநதி' என்கிற கட்டுரைத் தொகுப்பும் அவற்றின் தொடர்ச்சியே.

இதில் இடம்பெற்றுள்ள கட்டுரைகள், ஒரு தாய், கர்ப்ப காலத்திலிருந்து எவ்வாறு தாய்ப்பால் ஊட்ட தன்னை உடலளவிலும், மனதளவிலும் தயார் செய்யவேண்டும் என்று தெளிவுபடுத்துகின்றன.

தாய்ப்பால் குழந்தைகளுக்கான உணவு என்பது மட்டுமல்லாது; தாய்க்கும் அதன் பலன்கள் என்னென்ன என்பதனை இப்புத்தகத்தை வாசித்தறியும் ஒவ்வொரு தாய்மார்களும் எளிதில் புரிந்துகொள்ளும் வகையில் மருத்துவத்தையும், அறிவியலையும், உளவியலையும் இணைக்கும் பாலமாக இலக்கிய நடையை தன்வசப்படுத்தியுள்ளார் எழுத்தாளர்.

பூமியில் உயிரினம் தோன்றிய காலம் முதலே இனப்பெருக்கம் என்பதே முதன்மை. அதுவே இயற்கை அதன் உயிர்களுக்குப் பணித்த வேலையும்கூட. ஆய்வின் அடிப்படையில், பெண்ணுடல் என்பது குழந்தை பிறப்பிற்குப் பின்னே அதனை வளர்த்தெடுக்க பாலூட்டும் வகையில் முலையுடன் உருவாகிய Fundamental body அமைப்பு. எனவேதான், ஆண்களுக்கும் முலைகள் உண்டு. ஆனால் அவர்களுக்கு அது பயனற்று பெயரளவில் மட்டுமே இருக்கின்றன.

இயற்கை எத்தனை அதிசயங்களையும், அற்புதங்களையும் பெண்ணின் உடலுக்குள் மறைத்து வைத்துள்ளது என்று, இக்கட்டுரைகளை வாசிக்கையில் பிரமிப்பு ஏற்படுகிறது.

தாய்ப்பால் சார்ந்த நன்மைகளையும், தாய்ப்பாலைச் சுரக்கும் பெண்ணுடல் நிகழ்த்தும் மாயாஜாலங்களான இயற்கை அசைவுகளையும் மீண்டும் நம்மிடையே ஞாபகப்படுத்தும்விதமாக தாய்மார்களுக்கு மட்டுமல்லாமல்; அனைவருமே தெரிந்து கொள்ளவேண்டிய அறிவியல் உண்மைகளை எளியநடையில் எழுதியிருக்கிறார், ஆசிரியர்.

தாய்ப்பாலுக்கு இக்கட்டுரையில் மூலிகை அருவி, வெள்ளை இரத்தம், தங்க நீரோடை, உயிர்நீர், மந்திரபானம், மாயஅருவி, இயற்கை அமுதம், அற்புதப்பால் எனத் தாய்ப்பாலின் மேன்மைத் தன்மையைச் சொல்லி, தாய்ப்பால் ஒருநாளும் பரிசோதனைக் கூடங்களில் தயார்செய்ய வாய்ப்பேயில்லை என்று அழுத்தம் திருத்தமாகச் சொல்கிறார்.

இப்போதைய இக்கட்டான நுகர்வுக் கலாச்சார காலத்தில் இப்புத்தகமானது, பெண்களுக்குத் தங்கள் உடல்குறித்த அறிவையும், கர்ப்பகாலத்தில் ஏற்படும் மாற்றம் மற்றும் குழந்தை வளர்ப்பில் பெண்களின் உடலிலும், மனதிலும் ஏற்படும் மாற்றங்களையும் தெரிந்துகொள்ள நிச்சயம் தேவை.

தாய்மார்களின் மார்பில் மந்திர பானம் அருந்தும் குழந்தைகளின் வாய் முழுவதிலும், தாய்ப்பாலும் அதன் கவிதை வாசமும் வீச இந்தப் புத்தகம் உதவட்டும்.

நன்றி !

சசிரகோ சி

உள்ளடக்கம்

1

தாய்ப்பாலை மூளை சுரக்கிறது

தாய்ப்பாலை மூளைதான் சுரக்கிறது என்றவுடனே, ‘அடடா! தாய்ப்பாலை மார்பகம் சுரப்பதாகத்தானே இவ்வளவு காலமும் நம்பியிருந்தோம்’ என்று பதட்டமடைய வேண்டாம் தாய்மார்களே! மார்பகத்திற்கும் மூளைக்குமான பரஸ்பர போக்குவரத்தைப் பற்றிய முழு உண்மையையும் அறிந்துகொள்ளத்தான் நாம் இங்கே ஒன்று கூடியிருக்கிறோம்.

நம் தாய்ப்பால் சுரத்தல்கூட, மலையிலிருந்து அருவி கொட்டுவதைப் போலத்தான். பெரிய பெரிய மலைகள், தனது விளிம்புகள் மூடிய மேகக்கூட்டங்களைப் பிடித்திழுத்துப் பிழிந்து அதை மழையாகப் பொழியச் செய்வதோடு மட்டுமல்லாமல்; துளித்துளியாய் பெருக்கி அவற்றை மூலிகை வாசம் கமழ்கிற பெரும் அருவியாகவும் கொட்டுகிறதல்லவா! அதைப்போலத்தான் தாயும், தனது இரத்தத்திலிருந்து இரசவாதம் கூடிய சத்தானவற்றை பிள்ளைக்காகப் பிரித்தெடுத்து, மார்புகள் நிறைய தாய்ப்பாலைச் சேகரித்து பிள்ளைக்கு ஆசையோடு ஊட்டுகிறாள்.

ஒவ்வொரு பெண்ணும், தாய்ப்பால் புகட்டுவதற்குத் தேவையான மார்பகத்தின் வளர்ச்சிகளை அவள், பெரிய மனுசியான தருணத்திலிருந்தே உணரத் துவங்கிவிடுகிறாள். துளிர்க்கிற மார்பில் கொழுப்புகள் படிந்து பெரிதாகுதல், அவ்வப்போது காம்பில் நீராக பால் கசிதல் போன்ற மாற்றங்களை அவளால் நன்றாக உணர்ந்து கொள்ளமுடிகிறது. ஆனால் இவை எல்லாவற்றையும்விட, கர்ப்பகாலத்தில்தான் அவளது மார்பகம் முழுவளர்ச்சி அடைகிறது என்பதைப் பற்றி நாம் இன்னும் கொஞ்சம் தெளிவாக்கிக்கொள்ள வேண்டியிருக்கிறது.

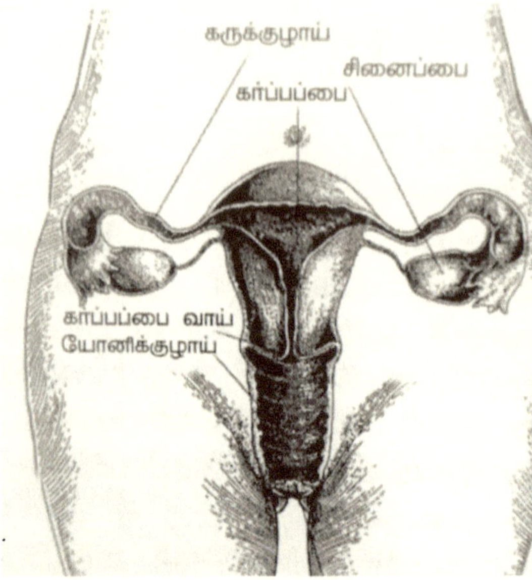

பெண்கள் வயதிற்கு வந்த பின்னால், அவளது உடலில் மாதாமாதம் மாதவிடாய் சுழற்சி (பீரியட்ஸ்) நடக்கிறதல்லவா! அதற்கு முக்கியக் காரணமான ஈஸ்ட்ரோஜன் மற்றும் புரொஜெஸ்ட்டிரோன் ஹார்மோன்களெல்லாம், அவளது சின்னஞ்சிறிய சினைப்பையில் இருந்துதான் சுரக்கின்றன. அதோடு சேர்த்தே, மார்பக வளர்ச்சியிலும் இந்த ஹார்மோன்கள் முக்கியப் பங்காற்றுகின்றன. இதைவிட முக்கியமான விசயம் என்ன வென்றால், சினைப்பையினுடைய ஹார்மோன்களால் மார்பகத்தின் வளர்ச்சியை மட்டும்தான் ஊக்குவிக்கமுடியுமே தவிர, அவற்றுக்கு தாய்ப்பால் சுரத்தலில் எந்தப் பங்களிப்புமே கிடையாது.

மார்பிலிருந்து தாய்ப்பால் பெருகிச் சுரப்பதற்கு முக்கியக் காரணம், மூளையின் அடிப்பாகத்திலிருக்கிற பிட்யூட்டரி சுரப்பி சுரக்கிற ஆக்சிடோஸின், புரோலாக்டின் ஹார்மோன்கள்தான்.

ஒரு பெண் கர்ப்பவதியாக இருக்கும்போது, சினைப்பையின் ஹார்மோன்கள் எல்லாம் சேர்ந்து மார்பகத்தைப் பக்குவப்படுத்த துரிதகதியில் ஈடுபட்டிருக்கும். அந்தச் சமயத்தில், பிட்யூட்டரியின் ஹார்மோன்களும் வேறு வேலையின்றி வெறுமனே வேடிக்கை பார்ப்பதோடு நிறுத்திக்கொள்ளும். பிள்ளைகள் பிறந்துவிட்டால் உடனே, உடலின் மாற்றத்தை உணர்ந்து துணுக்குறுகிற பிட்யூட்டரி ஹார்மோன்களோ, அடுத்தடுத்து மார்பிலிருந்து தாய்ப்பாலைச்

சுரக்கச் செய்வதற்கான பணியில் வேகவேகமாக தன்னை ஈடுபடுத்திக் கொள்ளும்.

ஆனால் இங்கே எல்லோருக்கும் சில கேள்வி இருக்கின்றன. எனக்குத் தாய்ப்பால் சுரக்குமா? ஒரு மார்பில் சுரந்து இன்னொரு மார்பில் சுரக்காமல் போய்விட்டால் என்ன செய்வது? அப்படிச் சுரந்த தாய்ப்பாலும் பிள்ளையின் பசிக்கு ஈடுகொடுக்க முடியாமல் வற்றிப் போய்விட்டால் என்ன செய்வது? என்பது போன்ற குழப்பமும் சந்தேகமுமாக இருக்கிறார்கள். பேரன்பிற்குரிய தாய்மார்களே! பத்து மாதம் சுமந்து, பத்திரமாக பிள்ளையைப் பெற்றெடுத்த உங்களுக்கு பாலூட்டுவதற்கு மட்டும் மார்பிலே தாய்ப்பால் இல்லாமல் போய்விடுமா என்ன!

பிரசவித்த உடனே தாயின் மூளைக்குள் 'அடிப் பெண்ணே, உனக்குப் பிள்ளை பிறந்துவிட்டதடி!' என்கிற எச்சரிக்கை மணி அடிக்கத் துவங்கிவிடும். அப்போது மூளைக்குள் இருக்கிற ஹைப்போதலாமஸ் மற்றும் பிட்யூட்டரி சுரப்பிகள் இரண்டுக்கும் தங்களது வேலையைச் செய்வதற்கான ஒரு துடுக்குத்தனம் பிறந்துவிடும். அதாவது, ஹைப்போதலாமஸ் வாத்தியாரின் சொல்லுக்குக் கீழ்ப்படிந்து நடப்பதுதான் பிட்யூட்டரியின் வேலையே! ஆக, தன் கட்டுப்பாட்டில் இருக்கிற பிட்யூட்டரி சுரப்பியை, குழந்தையின் பசிக்கேற்ற தாய்ப்பாலை நிறைவாகச் சுரக்கிறதா என்பதைக் கண்டிப்போடு கண்காணிக்கிற வேலையை ஹைப்போதலாமஸ் செய்கிறது. அதன்படியே, பிட்யூட்டரி சுரப்பியும் அதன் சொல் பேச்சைக் கேட்டு, மார்பிலிருந்து தாய்ப்பாலைப் பெருகச் செய்வதற்கான ஹார்மோன்களை இரத்தத்தில் சுரக்கிற வேலையைச் செய்கின்றன. இப்படி ஹைப்போதலாமஸ், பிட்யூட்டரி, மார்பகத்தின் மூன்று புள்ளிகளும் இணைந்து ஒத்திசைவில் இயங்குகிறபோதுதான் தாய்ப்பால், தாயிடம் சுரக்கிறது.

ஆரம்பத்தில் குழந்தைகள் பிறந்தவுடனே, தாய்ப்பாலை உற்பத்தி செய்வதற்கான புரோலாக்டின் ஹார்மோன்கள் இரத்தத்தில் நீரூற்றுபோல பொங்கிச் சுரந்து இருபது மடங்காக அதிகரித்து விடுகிறது. பார்த்தீர்களா தாய்மார்களே! பிள்ளைக்குத் தாய்ப்பால் ஊட்டுவதற்காக இப்படி நம் உடல் எவ்வளவு துடிப்புடன் இருக்கிறதென்று! அதெல்லாம் சரிதான், பருவமடைந்த வயதிலிருந்தே மார்பகமும் வளர்ச்சியடைந்துவிட்டது. அதேசமயம், பிரசவித்த உடனே தாய்ப்பால் ஹார்மோன்கள் இரத்தத்தில் சுரந்து

தயாராகியும் விட்டது. ஆனால் மார்பிலிருந்து எப்போது தாய்ப்பால் சுரக்குமென்று இன்னும் சொல்லவில்லையே என்று பரபரப்படைவதன் அவசரம் புரிகிறது, தாய்மார்களே!

உங்களுக்கு ஒரு இரகசியம் சொல்லட்டுமா! பிள்ளை பெற்றவளுக்கு பிரசவித்த நான்காவது நாளில்தான் தாய்ப்பால் சுரக்கிறது. உடனே, "அச்சச்சோ, குழந்தைகள் பிறந்தவுடனே பசிக்கு அழத் துவங்கிவிடுவார்களே! அப்படி அழுதழுது துவண்டு போய்விட்டால், முதல் மூன்று நாட்களுக்குமே நாங்கள் என்னதான் செய்வது? டாக்டரும்கூட குழந்தைக்குத் தாய்ப்பால் தவிர வேறு எதையும் கொடுத்துவிடக்கூடாதென்று கண்டிப்போடு சொல்லி யிருக்கிறாரே" என்றெல்லாம் நாம் பதற்றமாகி பயந்துவிடத் தேவையில்லை.

பசுமாடுகள், ஆடுகள் போன்ற பாலூட்டிகளைப் போலவே, தாய்க்கும் பிரசவித்த முதல் மூன்று நாட்களுக்கு துளியளவே திரண்டு வருகிற சீம்பாலானது, மஞ்சள் நிறத்தில் மங்களகரமாகச் சுரக்கிறது. அதுவும்கூட குழந்தைகளின் தேவையறிந்து தீர்த்தம்போல சொட்டுச் சொட்டாகத்தான் சுரக்கிறது. ஆக, பிரசவத்திற்குப் பின்பாக ஏற்படக்கூடிய மாற்றங்களினால் முதலில் சீம்பால் குறைவாகவே சுரப்பதும், அதன்பின்பு நாளாக நாளாக முதிர்ந்த தாய்ப்பாலானது மார்பிலே அதிகமாகச் சுரப்பதும்கூட இயல்பாக நடக்கின்ற ஒன்றுதான் என்பதை நாம் புரிந்துகொள்ள வேண்டும்.

இதையெல்லாம் நாம் தவறாகப் புரிந்துகொண்டு, "கொழந்தைங்க தாய்ப்பால் குடிக்க குடிக்க நைநைனு அழுதுக்கிட்டே இருக்காங்க. அம்மாகிட்ட தாய்ப்பால் இல்லாமப்போனதாலதான் பிள்ளைங்களும் தொடர்ந்து அழுறாங்கபோல. அம்மாவும் சரியா சாப்பிடாததுனாலதான் தாய்ப்பாலும் சுத்தமா இல்லாமப் போச்சு. அதனால கொழந்தைக்குப் பால் பவுடர், மாட்டுப்பால் அப்டீன்னு எதையாவது வாங்கி ஊத்திவிட்ருவோம்" என்று பதறிப் போய், தவறான முடிவுகளை எடுக்க வேண்டாம், தாய்மார்களே! நாம் தாய்ப்பாலைத் தவிர வேறு எதையாவது கொடுக்க நினைத்தாலோ, சந்தேகப்பட்டு தாய்ப்பாலைக் கொடுப்பதை நிறுத்தினாலோ, இனிமேல் தாய்ப்பாலே சுரக்காத நிலைகூட அம்மாவிற்கு ஏற்படுகிற அபாயமிருப்பதையும் தாய்மார்களாகிய நாம் கட்டாயம் புரிந்துகொள்ள வேண்டும்.

கர்ப்ப காலத்தில், நமது குழந்தையை வயிற்றுக்குள் நன்றாக வளர்த்தும், மார்பகத்தை தாய்ப்பாலூட்டுவதற்காக தயார்படுத்தியும் கொண்டிருந்த சினைப்பையினுடைய ஈஸ்ட்ரோஜன் மற்றும் புரோஜெஸ்ட்டிரோன் ஹார்மோன்கள், குழந்தைகளைப் பிரசவித்த உடனே இரத்தத்தில் குறையத் துவங்கிவிடும். ஏனென்றால், சினைப்பையினுடைய ஹார்மோன்கள் இரத்தத்தில் குறைந்தால்தானே, தாய்ப்பாலைச் சுரக்கவைக்கிற புரோலாக்டின் மற்றும் ஆக்ஸிடோசின் ஹார்மோன்களெல்லாம் மூளையில் சுரக்க ஆரம்பிக்கும்!

தாய்ப்பால் கனிந்து மார்பில் உற்பத்தியாவதற்கும், பெருகிற பாலானது மார்பிலிருந்து பிழிந்தெடுத்து காம்பின்வழியே குழந்தையின் வாயில் கொண்டு சேர்ப்பதற்கும், குழந்தைகள் தாயின் மார்புக்காம்பை கவ்விக் குடிப்பது ஒன்றுதான் தூண்டுதலாகவே அமைகிறது. எனவேதான், நாம் குழந்தையை எவ்வளவு சீக்கிரம் மார்பிலே போட்டு தாய்ப்பாலைக் குடிக்க அனுமதிக்கிறோமோ அதோடு, ஒரு நாளைக்கு எத்தனைமுறை தாய்ப்பாலைப் பருகுவதற்கு குழந்தைக்குத் தருகிறோமோ அதைப் பொறுத்துத்தான் தாய்ப்பால் சுரத்தலும் அதிகமாகும் என்பதையும் நாம் புரிந்துகொள்ள வேண்டும்.

பொதுவாக, குழந்தைகள் காம்பைக் கவ்விக் குடிக்கிற போதுதான் தாய்ப்பால் சுரத்தலுக்கான முதல் ஆராதனேயே ஆரம்பமாகிறது. குழந்தைகளின் உதடுகள் பட்டதும் காம்பிலிருக்கிற உணர்ச்சி நரம்புகளெல்லாம் தூண்டப்பட்டு உடனே அது, தனது சமிக்ஞையை முதுகுத்தண்டின் வழியே மூளைக்குள்ளாக அனுப்புகிறது. இத்தகைய தூண்டுதலானது, மூளையிலுள்ள ஹைப்போதலாமஸ் பகுதிக்குச் சென்று அங்கிருந்து பிட்யூட்டரிக்குள் நுழைந்து “என்னுடைய பச்சைப் பிள்ளை பால் கேட்பது புரிகிறதா, உடனே அவர்களுக்கு நான் தாய்ப்பாலூட்டியாக வேண்டும். எனவே, தாய்ப்பாலைச் சுரப்பதற்கும், அதைக் காம்பிலிருந்து வெளியேற்றுவதற்கும் தேவையான ஹார்மோன்களை உடனே அனுப்பு...” என்று, அன்புக் கட்டளையிடுகிறது. பிட்யூட்டரி சுரப்பியும் பொறுப்பாக புரோலாக்டின், ஆக்ஸிடோசின் ஹார்மோன்களை வெளித்தள்ளவே அது, இரத்தத்தின்வழியே பாய்ந்தோடி சரிசமமாக இரண்டு மார்புகளுக்குமே வந்தடைகிறது. இதனால்தான் குழந்தைகள், ஒரு மார்பில் தாய்ப்பால் குடித்தாலும் இரண்டு மார்பிலுமே பால் கட்டுகிறது என்பதை நாம் விளங்கிக்கொள்ள முடியும்.

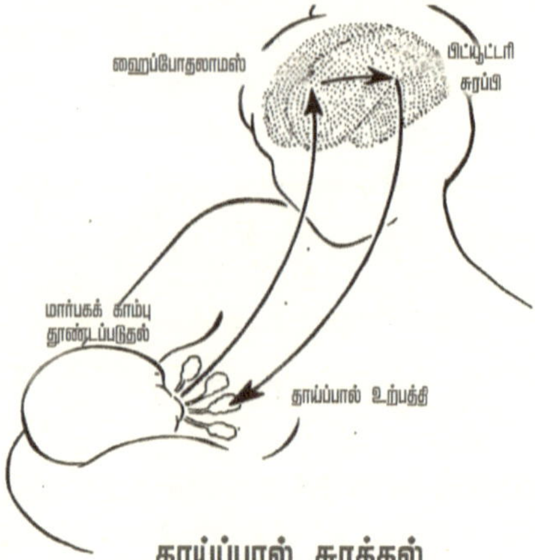

தாய்ப்பால் சுரத்தல்

இப்படியாக, குழந்தைகளின் உறிஞ்சுதலால் மார்புக் காம்பு தூண்டப்பட்டு, அதன் சமிக்ஞைகள் முதுகுத்தண்டின்வழியே மூளைக்குள் எடுத்துச் செல்லப்பட்டு, ஹைப்போதலாமஸ் மற்றும் பிட்யூட்டரி சுரப்பிகளினுடைய பரிசீலனையின் முடிவில், தாய்ப்பால் சுரப்பிற்கான ஹார்மோன்கள், இரத்தத்தில் பெரும் பாய்ச்சலோடு மார்பை நோக்கி வந்து, மார்பிலே தாய்ப்பாலை பெருக்கி அதன் பால்பைகளைப் பிழிந்தெடுத்து குழந்தையின் வாயில் அனுப்புவதற்கு என்று கிட்டத்தட்ட இதற்கே இரண்டு நிமிடங்கள் ஆகின்றன. ஆனாலும் குழந்தைகள்தான் மிகவும் சமத்தானவர்கள் ஆயிற்றே! பசியில் இருக்கிற அவர்களுக்குத் தேவையான தாய்ப்பாலில், தொண்ணூறு சதவீத தேவையை நாம் பாலூட்டுகிற முதல் ஐந்து நிமிடங்களிலேயே சட்டென்று உறிஞ்சிக் குடித்து விடுகிறார்கள் என்றால் பார்த்துக் கொள்ளுங்களேன்!

ஆனால் மார்பிலே முதன்முதலாக வாயை வைத்துப் புசிக்கிற குழந்தைகள், தாய்ப்பால் வராத அந்த இரண்டு நிமிடத்தில் வெறுமனே காற்றைக் குடித்துவிட்டு அதன் காரணமாக, பின்னர் தாய்ப்பாலைக் குறைவாகவும் குடிக்கலாம். இதனால் குழந்தைகள் முதுகை தட்டிக்கொடுத்துக் கொடுத்தே சிலசமயங்களில் தாய்ப்பால் புகட்ட வேண்டியிருக்கும். அதோடு, தாய்ப்பால் புகட்டியவுடன் தாய்மார்களும் குழந்தையைத் தூக்கித் தோள்மேல் போட்டுத் தட்டிக் கொடுக்கையில் அவர்கள், பால் குடித்தபோது உள்ளே சென்ற காற்றானது குழந்தைக்கு ஏப்பமாக வெளியேறி விடுகிறது. ஒருவேளை, வயிற்றில் சேர்ந்துவிட்ட இந்தக் காற்று வெளியேற்றப்படவில்லை என்றால் அதுவே குழந்தைக்கு வயிறு உப்புதல் மற்றும் வலியை உருவாக்கி, எந்நேரமும் குழந்தைகளை

அணைத்திக்கொண்டே இருக்க வைத்துவிடுகிறது. எனவேதான், தாய்மார்கள் மிகப் பொறுமையாகவும், நிதானமாகவும் தாய்ப்பாலைப் புகட்ட வேண்டும் என்று மருத்துவர்கள் அறிவுறுத்துகிறார்கள்.

தாய்ப்பால் அதிகமாகச் சுரக்க வேண்டுமென்றால், புரோலாக்ட்டின் ஹார்மோன் அதிகமாகச் சுரக்க வேண்டும். புரோலாக்டின் ஹார்மோன்கள் அதிகமாகச் சுரக்க வேண்டுமென்றால், பிரசவித்த ஒரு மணி நேரத்திற்குள்ளாகவே காலம் தாழ்த்தாமல் உடனடியாக தாய்ப்பால் ஊட்டவேண்டும். அப்படி தாய்ப்பால் புகட்ட ஆரம்பித்தவுடனே புரோலாக்டின் ஹார்மோன்கள் மெல்ல மெல்ல இரத்தத்தில் கலந்து 45 நிமிடத்திலேயே அதன் உச்சகட்ட அளவை எட்டிவிடும். ஆனால் இரத்தத்தில் அதிகரித்த இந்த தாய்ப்பாலைச் சுரக்கும் ஹார்மோன்களின் அளவு மீண்டும் குறையாமலிருக்க குறைந்தபட்சம், இரண்டு மணிநேர இடைவெளியில் தொடர்ந்து ஒரு நாளைக்கு எட்டு முறையாவது தாய்ப்பாலூட்டிக் கொண்டிருப்பதுதான் இங்கே மிகவும் முக்கியமான விசயம்.

தாய்மார்களே, எப்படி இறைக்க இறைக்கத்தான் கிணற்றில் ஊற்றெடுக்குமோ, அதுபோலத்தான் குழந்தையால் மார்புக் காம்பு சுவைக்கப்பட்டு அதிகமாக தூண்டத் தூண்டத்தான் தாய்ப்பாலும் அதிகமாகும் என்பதை நாம் உணரவேண்டும். இரவு நேரத்தில்தான் இயல்பாகவே புரோலாக்டின் ஹார்மோன்கள் அதிகமாகச் சுரக்குமென்பதால், இரவிலே தாய்ப்பாலூட்டுவதில் அம்மாக்கள் அதிகக் கவனத்துடன் இருக்கவேண்டியிருக்கும். பிரசவித்த களைப்பு, பிள்ளைக்குத் தாய்ப்பாலூட்டிய சோர்வு, துவக்கத்தில் தூங்கவே முடியாமல் அடிக்கடி அழுகிற பிள்ளையைப் பராமரிக்கவேண்டிய நிலைமையென எல்லாச் சிரமங்களையும் தாண்டிதான் நம் பிள்ளைக்கு நல்லபடியாக நாம் தாய்ப்பாலைப் புகட்டவே முடியும் என்பதையும் நாம் புரிந்துகொள்ள வேண்டும்.

இப்போது நாம் மேலே பார்த்தவையெல்லாம், குழந்தை பிறந்தவுடன் தாயின் உடலானது எல்லவற்றையும் புரிந்துகொண்டு, தன்னியல்பில் தாய்ப்பாலூட்டுவதற்கு எப்படித் தயாராகிறது என்பதைப் பற்றித்தான். அப்படியானால், தாய்ப்பாலைப் பற்றி புரிந்துகொண்டு நடப்பதற்கு இதில், தாய்மார்களுக்கு என்ன இருக்கிறது என்றுதானே யோசிக்கிறீர்கள்! ஆம், இருக்கிறது தாய்மார்களே...

மணியடித்து நாய்க்கு உணவு கொடுத்துப் பழக்கப்படுத்திய பின்பு, மணி சப்தம் கேட்கிற போதெல்லாம் நாயின் நாக்கில் உமிழ்நீர் சுரக்கும் என்பதைப் பற்றி பள்ளிக் காலங்களிலே நாம் படித்திருக்கிறோம் அல்லவா! அதேபோல, குழந்தையைப் பற்றியே எப்போதும் நினைத்துக்கொண்டு அவர்கள் மீதான பேரன்பில் உருகும்போதும், குழந்தைகள் அழுகிறபோதெல்லாம் நம்மிடம் தாய்ப்பால் கேட்டுத்தானே பிள்ளைகள் அழுகிறார்கள் என்பதை மனதளவில் உணரும்போதும்தான், அளவே இல்லாமல் தாய்ப்பால் மார்பிலே அதிகமாகிறது.

தாய்ப்பால் ஊட்டுவதற்கு நமது உடல் என்னதான் அக்கறையோடு செயல்பட்டாலும் அதற்காகவென்று, மனமும் சேர்ந்தே தயாராக வேண்டியது அதைவிட அவசியம். எனக்குக் கட்டாயம் தாய்ப்பால் சுரக்கும், எனக்குத் தாய்ப்பால் சுரத்தலில் எந்தப் பிரச்சினையும் இல்லை என்பதை தாயானவள், மனதளவில் உறுதியாக நம்பவேண்டும். மனஅழுத்தத்திலோ, பதட்டத்திலோ, கவலையிலோ, வீட்டாரிடம் சண்டையிட்டுக் கோபித்துக்கொண்டோ நிம்மதியில்லாமல் அவள், தாய்ப்பால் புகட்டினால் கட்டாயம், தாய்ப்பால் சுரத்தல் குறைபடும் என்பது அறிவியலின் வழி நிரூபிக்கப்பட்ட உண்மைதான் தாய்மார்களே!

எனவேதான், தாய்ப்பால் புகட்டும்போது தாய்மார்கள் மிகவும் தன்னம்பிக்கையுடன் புகட்ட வேண்டும் என்று சொல்கிறார்கள். குழந்தையின் கண்களை நேருக்குநேர் பார்த்து ரசித்துக்கொண்டே, அவர்களுடன் செல்லமே! என் தங்கமே! என்று கொஞ்சிக் கொண்டும், குழந்தையின் முகத்தைப் பார்த்த படியே சிரித்த முகத்தோடு தலைமுடியைக் கோதிக்கொண்டும், அவர்களைத் தன் உடலோடு உடலாகக் கட்டியணைத்தபடி அரவணைத்துக்கொண்டும் தாய்ப்பாலூட்டினால் தாயின்மீது குழந்தைக்கும், குழந்தையின்மீது தாயிற்கும் அன்பும் பெருகும். அதோடு, தாய்ப்பாலும் மார்பிலே அருவியென பெருக்கெடுத்து ஓடும்.

ஆஹா! தாய்ப்பால் சுரத்தலில் இவ்வளவு விஷயம் இருக்கிறதா! என்று யோசிக்கிறீர்கள்தானே. அட, இன்னும் நாம் தெரிந்துகொள்ள வேண்டிய விஷயங்கள் ஏராளமாக கொட்டிக் கிடக்கின்றன, தாய்மார்களே! வாருங்கள், தாய்ப்பால் பற்றிய புதிய, அற்புதமான ஓர் உலகிற்குள்ளாகப் பயணிப்போம்.

★★★

2

தாய்ப்பால் என்பது உணவல்ல; உயிர்

குழந்தைகள் அழுதவுடனே, “என் செல்லப் பிள்ளைக்குப் பசிக்கிறது போலும், அதனால்தான் தாய்ப்பால் கேட்டு அழுகிறான் போல!” என்கிற எண்ணம்தான் முதலில் நமக்கு உதயமாகிறது. இப்படி, நம் குழந்தைக்கென சுரக்கிற பிரத்தியேகமான உணவென்று தாய்ப்பாலை எண்ணிக் கொள்வதுதான் நமது தலையாய பிரச்சினையே! இவ்வாறு நினைப்பதால்தானே, தாய்ப்பாலுக்குப் பதிலாக மாட்டுப்பால், பால் பவுடர் என மாற்று உணவாக எதைக் கொடுத்தாலும் நம்மால் எளிதாக ஏற்றுக்கொள்ள முடிகிறது!

அது சரி. தாய்ப்பால் என்பது வெறுமனே, பசிக்காக மட்டுமே சுரக்கிற உணவுப் பண்டமா என்ன? உடலின் மூலை முடுக்கெல்லாம் கதகதப்போடு ஓடிக்கொண்டிருக்கிற குருதியில் எப்படி ஜீவனிருக்கிறதோ அதேபோல, அந்தக் குருதியை சுண்டக்காய்ச்சி, கடைந்தெடுத்த வெள்ளை இரத்தமாகிய தாய்ப்பாலிலும் பரிசுத்தமான ஆன்மா இருக்கிறது தாய்மார்களே! பிறந்த முதல் ஆறு மாதங்களுக்கு தாய்ப்பால் தவிர நாம் புகட்டுகிற எந்த உணவானாலும் அது வெறும் பண்டமாகத்தான் இருக்குமே தவிர, அதில் குழந்தைகள் ஜீவிப்பதற்கான எந்த ஆத்மார்த்தமான உயிருமே இருக்காது என்பதை நாம் புரிந்துகொள்ள வேண்டும்.

குழந்தை பிறந்தவுடனே சுரக்கக்கூடிய சீம்பாலை, பாற்கடலில் கடைந்தெடுத்த அமிர்தத்திற்கு ஈடாக, வேண்டுகிற கடவுளுக்கு நிகராக வைத்துத்தான் நாம் பார்க்கவேண்டும். ஏனென்றால், ஆயுள்முழுக்க நோயின்றி வாழ, ஆரோக்கியத்துடன் ஜீவிக்கவென்று சுரக்கிற அற்புதம்கூடிய மகத்தான சீம்பாலை வேறெப்படித்தான் சொல்லி வர்ணிப்பது! முதல் மூன்று நாட்களில் சுரக்கக்கூடிய

சீம்பாலில் புரதச்சத்து அதிகமாகவும், சர்க்கரைச் சத்து மற்றும் கொழுப்புச் சத்து குறைவாகவும் இருப்பதையும்கூட நாம் இங்கே நுட்பமாகக் கவனிக்க வேண்டியிருக்கிறது தாய்மார்களே! ஏனென்றால், இப்படிச் சுரப்பதில் ஒரு சிதம்பர இரகசியம் அடங்கியிருக்கிறதே!

சத்துகள்	புரதச்சத்து	சர்க்கரை	கொழுப்பு	தண்ணீர்
சீம்பால் (%)	9.00	3.00	2.00	86.00
தாய்ப்பால் (%)	1.00	8.00	4.00	87.00

நமது பெருத்த வயிற்றில், பத்து மாதங்கள் பாதுகாப்பாக சுமந்து பத்திரமாகக் குழந்தையைப் பிரசவித்திருக்கலாம். ஆனால் நோயுற்றுக் கிடக்கிற இந்த மோசமான உலகத்தைப் பற்றி நமக்குத் தெரியாததல்ல. இங்கே நாம் மூச்சுவிடும் காற்றோ மாசுபட்டுக் கிடக்கிறது. அந்தக் காற்றில் கண்ணுக்குத் தெரியாத விஷக்கிருமிகளும் கணக்கின்றி மொய்த்துக் கிடக்கின்றன. இப்படிப்பட்ட உலகிற்கு, கடவுளுக்கேயுரிய கள்ளம் கபடமற்ற புனிதத்தன்மையோடு பிரசவித்து வெளிவருகிற பிள்ளைகள், இவற்றால் நோய்வாய்ப்பட்டு உடல்நலம் பாதிக்கப்பட்டுவிட்டால் நம்மால் என்ன செய்துவிட முடியும்!

ஆனால் நமக்கு நோய்த்தொற்று என்று மருத்துவமனைக்குச் சென்றால், அதைச் சரி செய்வதற்கு மருத்துவர்கள் ஆண்டிபாடி மருந்துகளைக் கொடுப்பார்கள் அல்லவா! அதைப்போலவே நம்முடைய உடலும்கூட ஒரு மருத்துவர்தான். நமக்கு நோயென்று வந்துவிட்டால் இயல்பாகவே, நமது உடலும் தனக்குத்தானே நோய் எதிர்ப்புச் சக்தியான ஆண்டிபாடிகளை (இம்யுனோகுளோபின்கள்) இரத்தத்தில் உற்பத்திசெய்து நோயிலிருந்து நம்மைக் காப்பாற்றுகின்றதே! அது சரி, ஆண்டிபாடிகளெல்லாம் என்னவென்று நினைக்கிறீர்கள்? அத்தனையுமே புரோட்டீன்கள்தான்! ஆக, இந்தப் பொல்லாத மாசுபட்ட சூழலிலிருந்து நம் பிள்ளையைப் பத்திரமாகப் பாதுகாத்து ஆயுள் முழுக்க ஆரோக்கியத்துடன் வாழ்வதற்காக மூன்றே நாட்களில் அவர்களைப் பக்குவப்படுத்தும் வேலையைத்தான் சீம்பால் மிகக் கவனமாகச் செய்கிறது.

இதில் கவனிக்கத்தக்க இன்னொரு விசயமென்றால், சர்க்கரையின் அளவு சீம்பாலில் குறைவாக சுரப்பதுதான். பொதுவாக,

பிறந்த குழந்தைக்குப் பாதுகாப்புதான் பிரதானமென்பதால், புரதச்சத்து நிறைந்த சீம்பாலே முதலில் சுரக்கிறது. அதன்பிறகு, நான்காவது நாளிலிருந்துதான் சக்கரைச் சத்து நிறைந்த தாய்ப்பாலாகவே சுரக்கத் துவங்குகிறது. இப்படி, பிள்ளையின் அவசியம் அறிந்தே சுரக்கிற சீம்பாலானது ஆரம்பத்திலேயே, சர்க்கரையின் அளவை குறைவாகச் சுரக்கிறதென்றால் அப்படிச் சுரப்பதற்கான அவசியத்தையும் நாம் கட்டாயம் புரிந்துகொள்ள வேண்டுமல்லவா!

பிறந்த குழந்தையின் பசியைப் போக்க இயல்பாகவே முதல் மூன்று நாட்களுக்கு சர்க்கரைச் சத்து அதிகமாகத் தேவைப் படுவதில்லை என்பதை இதன்வழியே நாம் விளங்கிக்கொள்ள முடிகிறதுதானே! அப்படியிருக்க, பிறந்த பிள்ளைக்குச் சேனை வைக்கிறோமென்று சர்க்கரைத் தண்ணீர், தேன் என்றெல்லாம் நாக்கில் தொட்டு வைப்பது, நம் குழந்தையை நாமே நோய்க்கு ஆளாக்கும் செயலென்பதை நாம் எப்போது புரிந்துகொள்ளப் போகிறோம்?

குழந்தையின் எடை அதிகரிக்கத் தேவையான கொழுப்புச்சத்துகள் சீம்பாலில் குறைவாகவே இருப்பதால் ஆரம்பத்தில், அவர்கள் பிறந்த எடையிலிருந்து பத்து சதவீத எடையை பிறந்த முதல் மூன்று நாட்களிலேயே குறைந்து அப்படியே வத்தியும் போய்விடுகிறார்கள். ஆக, வளரும் குழந்தைகள் பிறந்த முதல் மூன்று நாட்களில் எடை குறைந்து, பின்பு மெல்ல மெல்ல அதிகரிப்பதெல்லாம் மிக இயல்பாகவே நடக்கக்கூடிய விசயங்கள்தான். இதை தவறாகப் புரிந்துகொண்டு உடனே "எனக்குத் தாய்ப்பாலே இல்ல. அதனாலதான் என்னோட கொழந்தை சவலைப்பிள்ளையா மெலிஞ்சிட்டே போகுது..." என்கிற முடிவுக்கெல்லாம் வரத் தேவையில்லை தாய்மார்களே!

மஞ்சள் வர்ணத்தில், திரவியமாக மார்பிலிருந்து சீம்பால் கசிந்து வெளியேறுவது என்னவோ மலையடிவாரச் சுரங்கத்திலிருந்து உருகி வழிந்தோடுகிற தங்க நீரோடையைப் போலத்தான் இருக்கிறது. நம் குழந்தைகள் பிறந்த ஒரு மணி நேரத்திற்குள்ளாக சீம்பாலைப் புகட்டக்கூடிய குறைவான நேரமும்கூட அவர்களுடைய வாழ்நாளில் பெரும் பொன்னான நேரம்தான். ஆக, நாம் கொஞ்சமும் காலம் தாழ்த்தாமல் குழந்தைகள் பிறந்தவுடனே சீம்பாலைக் கொடுத்து விட்டாலே நாம் எப்போதும் சொல்வதுபோல நம் பிள்ளைகளெல்லாம் சொக்கத் தங்கங்களே!

பத்து மாதங்களும் வயிற்றுக்குள் இருக்கிற நம் பிள்ளையோ, தண்ணீர் குடத்திற்குள்ளேயே உச்சா போய்விடுவார்கள். அவர்கள் தண்ணீர் குடத்திலுள்ள தண்ணீரைக் குடித்துக்கொண்டு மீண்டும் மீண்டும் அதற்குள்ளேயே சிறுநீர் கழிப்பதன் மூலமாகவும், மற்ற சுரப்பிகளின் அன்றாடச் சுரப்புகள் மூலமாகவும் கர்ப்பப்பையிலுள்ள தண்ணீர் குடத்தில், தண்ணீர்ச் சத்து எப்போதும் அதன் கட்டுப்பாட்டிலேயே இருக்கும். ஆனால் வயிற்றுக்குள் சிசுவானது மலம் மட்டும் கழிப்பதேயில்லை. அப்படித் தண்ணீர் குடத்திற்குள்ளேயே மலம் கழித்துவிட்டால் அது அம்மாவுக்கும், பிள்ளைக்குமே பெரிய பிரச்சினைதான்.

அதனால் குழந்தைகள் பத்து மாதங்களும் உள்ளே மலம் கழிக்காமல் குடலுக்குள்ளாக அத்தனையையும் அடக்கியே வைத்திருக்கும். அப்படிப்பட்ட கழிவுகளை, பிறந்தவுடன் எளிதாக வெளியேற்றுகிற மலமிளக்கியாகவும், அதற்கான ஆகச்சிறந்த மருந்தாகவும் சீம்பால் இருக்கிறது. இப்படி. பிள்ளையின் தேவையுணர்ந்து கனகச்சிதமாக சுரக்கும் சீம்பாலைப் போலான ஒன்றை நாம் எந்த மருந்துக்கடையிலும் வாங்கி வந்து பிள்ளைக்குக் கொடுத்துவிட முடியாதுதானே!

சரி. இனி, குழந்தை பிறந்தவுடனே ஏற்படுகிற அடிப்படை மாற்றங்களை நாம் தெரிந்துகொள்வதன் மூலமாக, இன்னும்கூட தாய்ப்பால் பற்றிய தெளிவான முடிவிற்கு வந்துவிட முடியும். அதைப்பற்றிய உலகத்திற்குள்ளாகத்தான் கொஞ்சம் பயணித்துப் பார்ப்போமே!

பத்து மாதங்களும் கர்ப்பப்பையினுள் இருந்த சிசுவானது இப்போது, பிறந்து வெளியுலகிற்கு வந்துவிடுகிறார்கள் என்றே வைத்துக்கொள்வோம். அதாவது, பாதுகாப்பான கர்ப்பப்பை யிலிருந்து பாதுகாப்பற்ற வெளியுலகிற்கு, அப்படித்தானே! அதேசமயம், பத்து மாதங்களும் கர்ப்பவதியின் இரத்தத்திலிருந்து குழந்தையின் வளர்ச்சிக்குத் தேவையான சத்துக்களை நயமாகப் பிரித்தெடுத்து, கர்ப்பப்பையினுள் வைத்தே சிசுவிற்கு ஊட்டச்சத்தைப் புகட்டிய நஞ்சுப்பையினது வேலையை, குழந்தைகள் பிறந்தபின் மார்பகம் திறமையாகச் செய்யத் துவங்கிவிடுகிறது. இதிலே ஒரே வித்தியாசம் என்னவென்றால், நறுமணத்துடன் கூடிய குழந்தைக்கென்றே பிடித்த ஃபிளேவரில் மார்பகம் தாய்ப்பாலைச் சுரப்பதுதான்.

பொதுவாக, வயிற்றுக்குள் இருக்கும்போது குழந்தையின் வளர்ச்சிக்கு அம்மாவின் இரத்தமே போதுமானதுதான். ஆனால் பிள்ளைகள் பிறந்துவிட்டால், மார்பிலே சுரக்கும் தாய்ப்பாலுடன் கூடவே தாய்ப்பாசத்தையும் சேர்த்தல்லவா புகட்டவேண்டியிருக்கும்! ஏனென்றால், பிறந்த குழந்தைக்கு உடல் வளர்ச்சி மட்டுமல்ல; மனவளர்ச்சியும் மிகமிக முக்கியமானதுதான். நாம் நிறைமாதக் குழந்தையாய் பிரசவித்திருந்தாலும்கூட உண்மையில், அவர்கள் பிறந்த பின்னர்தான் படிப்படியாக அனைத்து உறுப்புகளுமே முழு வளர்ச்சியை எட்டுகின்றன. குழந்தைகளுக்கு உடல் வளர்ச்சி மட்டுமே போதுமானதாக இருந்திருந்தால் அவர்கள், பத்து மாதத்திற்கு மேலாக இன்னும்கூட வயிற்றுக்குள்ளேயே இருந்து நல்லபடியாக வளர்ந்து பிரசவித்திருக்கலாம் அல்லவா!

குட்டி விலங்குகளெல்லாம் பிறந்தவுடனே தத்தித்தத்தி எழுந்து சட்டென்று, காலூன்றி நடக்கத் துவங்கிவிடுகின்றதானே! மனிதப் பிள்ளைகளான நாம் மட்டும் அப்படிப் பிறந்து எழுந்து நடப்பதற்கென்று ஒருவயது வரையும் ஆகிறது. ஒருவேளை, இப்படி எழுந்து நடக்கிற வரையிலுள்ள காலம்தான், மனிதக் குழந்தைக்கு முழுவளர்ச்சிக்கான காலமென்று வைத்துக் கொண்டால்கூட, நாம் பன்னிரெண்டு மாத வளர்ச்சிக்குறை உள்ள பிள்ளைகளாகத்தான் பெற்றெடுத்திருக்கிறோம் என்றுதானே அர்த்தமாகிறது!

ஆக, நாமெல்லாம் குழந்தையின் தலை நிற்கும் முன்னமே பிரசவித்திருக்கிறோம் என்றால், முழு உடல் வளர்ச்சிக்கு ஈடாக பிள்ளைகளின் மன வளர்ச்சிக்கு எந்தளவு முக்கியத்துவத்தை கொடுக்கவேண்டியிருக்கிறது என்பதையும், அதற்கு தாய்ப்பால் புகட்டுதல் எந்தளவிற்கு உறுதுணையாக இருக்கிறது என்பதையும் நாம் அவசியம் புரிந்துகொண்டாக வேண்டும். அதேசமயம், நம் மனதில் தாய்ப்பாலென்பது வெறும் உணவுப் பண்டமல்ல; உயிர்நீர் என்பதை நாம் உளப்பூர்வமாக உணர்ந்துகொண்டால் தானே நம் கள்ளங்கபடமற்ற முழுஅன்பையும் பிள்ளைக்குக் கொடுக்கமுடியும். ஆகவேதான், நம் அளவில்லா அன்பினால் குழந்தைகளை அரவணைத்து தாய்ப்பாலால் அனுதினமும் குளிப்பாட்டி மகிழுங்கள் என்று தாய்மார்களைப் பரவசப்படுத்துகிறார்கள்.

இயற்கையாகவே மார்பில் சுரக்கும் தாய்ப்பாலில் உயிர்ச்சத்து இருக்கும்போது அதை, ஒரு உயிரைக் கொடுப்பதாக நினைத்துத்தான் பெற்றவளும் புகட்டவேண்டும்! ஒரு புல்லாங்குழலின்மேல்

காதலே இல்லாத காற்றினால், சுரங்களைக் கூட்டி எப்போதும் இன்னிசையைக் கட்டியெழுப்பவே முடியாது. அதுபோலவே, பிள்ளையின்மேல் காதலே இல்லாமல் தாய்ப்பால் புகட்டுகிற தாயினால், எப்போதும் மகத்தான தாய்ப்பாலை சுரக்கவே முடியாது. அப்படியானவர்களுக்கு தாய்ப்பாலென்பது வெறும் உணவாக மட்டுமே தெரியும்.

குழந்தைக்குப் பற்கள் முளைக்கிற நேரத்தில் தானே தாய்ப்பாலுடன் சேர்த்து மசித்த உணவையும் அவர்களுக்குக் கொடுக்கமுடியும்! குழந்தைகள் பிறந்த நான்கு மாதம் முதல் ஏழாவது மாதத்திலேதான் பிறை போன்ற அழகிய முத்துப்பற்களும் முளைக்கத் துவங்குகின்றன. ஆகையால்தான், அம்மாவின் கையினால் மசித்த நிலாச்சோறை குழந்தைகளுக்கு ஆறாவது மாதத்திற்குப் பின்பாக ஊட்டச்சொல்லி மருத்துவர்களும் அறிவுறுத்துகிறார்கள். இத்தகைய பற்களின் வளர்ச்சிக்குத் தேவையான கால்சியத்தையும், வாய்ப்பகுதியில் தொற்று ஏற்படாமல் இருப்பதற்கான இம்யுனோகுளோபுளின்&ஏ ஆண்டிபாடிகளையும் சுரப்பதும்கூட அம்மாவின் அற்புதம் நிறைந்த தாய்ப்பால்தானே!

பிறந்ததுமே குழந்தைகளுக்குப் பற்கள் இருக்காது அல்லவா! பொதுவாக, பற்களால் அரைத்து விழுங்கமுடியாத பட்சத்தில் இரைப்பைக்குள் அமிலச் சுரப்பினாலும் அரைத்த உணவைச் செரிக்க முடியாமலே போய்விடும். இதனால்தான் வயதானவர்கள், பற்கள் போன பிறகு ஏதேனும் சாப்பிடுகையில் இரைப்பையினால் அவர்களுக்கு செரிமானப் பிரச்சினைகள் வந்துவிடுகின்றன. ஆனால், இங்கே குழந்தைகளுக்குப் பற்களே இல்லையானாலும் இரைப்பையும் செரிமானம் செய்யமுடியாத கையறு நிலையில் இருந்தாலும், எல்லாவற்றிற்கும் தயாரான பக்குவத்திலேயே குழந்தைக்குத் தாய்ப்பால் கிடைத்துவிடுவதால் பற்களின், இரைப்பையின் தேவையே அவர்களுக்கு இருப்பதில்லை. அதுமட்டுமல்லாமல், பற்கள் வளர்ச்சியுறாத குழந்தைக்கு அவர்களின் வாய்ப் பகுதியைக் கடந்த உணவுக்குழாய், இரைப்பை, குடல் பகுதி, சிறுநீரகம், கணையம், கல்லீரல் போன்ற உள்ளுறுப்புகளின் வளர்ச்சியும்கூட மெதுவாகத்தான் நடந்துகொண்டிருக்கும்.

குழந்தைகள் பிறக்கின்றபோதே, அவர்களின் உணவுச் செரிமானப் பகுதியும்கூட உருப்படியான முழுவளர்ச்சியை எட்டியிருப்பதில்லை. அதை அவர்களின் பட்டுப்போல் ஆன

பிஞ்சு உதட்டையும், பூவிதழ் போலான நுனி மொட்டு நாக்கையும் பார்த்ததுமே தெரிந்துவிடும். மிதமான சூட்டில், சரியான விகிதத்தில், பக்குவமாக, உயிர்ச் சத்துகளுடன் கூடிய சீம்பாலை குடிக்கிறபோதுதான் அவை, குழந்தைகளின் வயிற்றுக்குள்ளாகச் சென்று உணவுக்குழாயின் உட்புறமாக இருக்கும் ஜெல்லி போன்ற பகுதிகளைச் செழுமைப்படுத்தி, ஒழுங்குபடுத்துகிற வேலையைச் செய்கின்றன. அதோடு மட்டுமல்லாமல், குழந்தைகளின் செரிமானப் பகுதிகளை நோய்த்தொற்றுகள் போன்ற ஏனைய பாதிப்புகளிலிருந்தும் பாதுகாக்க வேண்டிய அக்கறையோடு அவை செயல்படுகின்றன.

சீம்பாலானது, அரிய நன்னீர் ஊற்றுப்போலக் கசிந்து குறைவாகவே சுரக்கிறது. அது, குட்டி இரைப்பையையும் குறுகிய குடலையும் கொண்ட குழந்தையின் தேவைக்கேற்ப அளவாகவே சுரக்கிறது. பிறந்த குழந்தையினுடைய இரைப்பையின் அளவு எவ்வளவு தெரியுமா? ஒரு கோலிக்குண்டு அளவுதான். அதாவது, ஐந்து முதல் ஏழு மி.லி அளவேயான சிரப் பாட்டிலுடைய மூடியின் அளவு கொள்ளளவே கொண்ட சிறிய குட்டிப்பைதான். இந்த அளவு இரைப்பைக்கு, சீம்பால் சுரக்கிற குறைந்த அளவே போதுமானதுதானே! அதனால்தான், தாய்மார்கள் யாரும் ‘எனக்குத் தாய்ப்பால் பத்தலையே...’ என்று பதற வேண்டியதில்லை என அடிக்கடி எடுத்துச் சொல்லவேண்டியிருக்கிறது.

அதேசமயம், இரைப்பையின் அளவுக்கேற்ப சீம்பால் குறைவாகச் சுரக்கிறது என்றாலும்கூட, குழந்தையின் ஒரு நாளுக்கான தேவையைப் பூர்த்தி செய்வதற்கு நாம் அடிக்கடி தாய்ப்பால் புகட்ட வேண்டியிருக்கும் என்பதையும் நன்றாகப் புரிந்துகொள்ள வேண்டும். ‘கடுகு சிறுத்தாலும் காரம் குறையாது’ என்கிற பழமொழிக்கேற்ப சுரக்கின்ற சீம்பால், ஆகச்சிறந்த அரிய மகத்துவம் வாய்ந்த ஒன்றுதான் என்பதை நாம் இப்போதாவது உணர்ந்துகொள்ள வேண்டும்.

தாய்ப்பாலில் இருக்கிற புரதங்களை இரைப்பையினால் எளிதாகச் செரித்துவிட முடியும். ஆனாலும் நம் தாய்மார்கள் இருக்கிறார்கள் அல்லவா! அவர்கள், தாய்ப்பால் கொடுக்கவேண்டிய வயதில் மாட்டுப் பாலைக் கொடுக்கிறார்கள். பின்னர், மாட்டுப் பாலில் இருக்கின்ற சவ்வு போன்ற கேசினோஜன் புரதம் செரிக்காமல், குழந்தைகளின் வயிறு புடைத்தபடி ‘ஓ’ வென்று குழந்தைகள் எந்நேரமும் கரைந்து அழுகிறபோது, அவற்றைச்

குழந்தை வயது	பிறந்த 1 நாள் வயது	பிறந்த 7 நாள் வயது	பிறந்த 10 நாள் வயது
குழந்தை இரைப்பையின் அளவு			
இரைப்பையின் கொள்ளளவு	5-7மில்லி லி	22-27மில்லி லி	60-81மில்லி லி
குழந்தையின் தேவை	ஒரு கிலோ எடையுள்ள குழந்தைக்கு ஒருநாளைக்கு சராசரியாக 60மில்லி லி	ஒரு கிலோ எடையுள்ள குழந்தைக்கு ஒருநாளைக்கு சராசரியாக 100மில்லி லி	ஒரு கிலோ எடையுள்ள குழந்தைக்கு ஒருநாளைக்கு சராசரியாக 150மில்லி லி

செரிக்க வைப்பதற்காக கிரைப் வாட்டரை கடையில் வாங்கிக் கொடுக்கிறார்கள். ஆக, தாய்ப்பால் மட்டுமே குடித்து வளரும் பிள்ளைகளுக்கு செரிமானப் பிரச்சினைகள் வருவதுமில்லை, கிரைப் வாட்டர் தேவைப்படுவதுமில்லை என்பதைப் புரிந்துகொண்டீர்களா!

ஒருசில தாய்மார்கள், குழந்தைகள் அழும்போது வாயில் புட்டிப்பாலை திணிப்பதைப் போல கிரைப் வாட்டரையும் அடிக்கடி ஊற்றிவிடுகிறார்கள். இது, கிட்டத்தட்ட குழந்தைகளுக்கு இன்று உணவைப்போலவே மாறிவிட்டது என்றே சொல்லலாம். கிரைப் வாட்டர் என்பது, குழந்தைகளுக்குத் தாய்ப்பாலைத் தவிர வேறு ஏதாவது ஒன்றை புகட்டிவிட்டு, அதனால் வருகிற செரிமானப் பிரச்சினைக்காகக் கொடுக்கிற மருந்துதானே தவிர, அதை ஒரு உணவாகவே கொடுக்கவேண்டிய அவசியமில்லை. மேலும் அவர்களுக்கு மாட்டுப் பாலோ, பால் பவுடரோகூட தேவைப்படுவதில்லை என்பதையும் நாம் அவசியம் தெரிந்துகொள்ள வேண்டும்.

இரைப்பையிலிருந்து முன்குடலுக்குள்ளே செரிமானமாகிய உணவு உருண்டு திரண்டு வரும்போது அவை, கணைய நீரினால் சின்னஞ்சிறு துணுக்குகளாக உடைக்கப்பட வேண்டும். அப்படிச் செய்தால்தானே அவற்றை உறிஞ்சிக்கொள்ள குடலிற்கும் ஏதுவாக

இருக்கும்! ஆனால் நாம் ஏற்கெனவே சொன்னபடி, கணையமும்கூட இன்னமும் முதிர்ச்சியடையாமல்தானே இருக்கிறது. இதனால் அதிலிருந்தும் உணவை நொதிக்கவைப்பதற்காக நொதிகளோ கிடைப்பதில்லை. ஆகவேதான், தாய்ப்பாலே அதற்கான நொதிகளையும் சேர்த்தே சுரந்துவிடுகிறது.

தாய்ப்பாலில் இருக்கிற லாக்டோஸ் சர்க்கரையானது, குழந்தைகளுக்குத் தேவையான அதீத சக்தியைத் தருகிறது. குழந்தைகளின் வளரும் பற்கள் மற்றும் எலும்புகளுக்குத் தேவையான கால்சியம் சத்துகளை உடல் உறிஞ்சிக்கொள்ள ஏதுவாக, இந்த லேக்டோஸ் சர்க்கரைகள்தான் துணைபுரிகின்றன. மேலும் உடலுக்கு நன்மை பயக்கக்கூடிய லேக்டோபேசில்லஸ் பாக்டீரியாக்களை குடற்பகுதியில் உருவாக்குவதற்கும் இவைதான் உதவுகின்றன. இந்த பாக்டீரியாக்கள்தான், இரைப்பையிலிருந்து அரைத்தபடி குடலிற்கு வரும் உணவிலிருந்து சத்துகளையெல்லாம் உடைத்துப் பிரித்து, அதை இரத்தக்குழாய் வழியே கல்லீரலுக்கு அனுப்புகிற வேலையை அக்கறையோடு செய்கின்றன. ஏனென்றால், கல்லீரலில்தான் நாம் சாப்பிட்ட உணவை அதிசக்தியாக மாற்றுகிற நுணுக்கமான வேலைகளெல்லாம் நடந்தேறுகின்றன. பார்த்தீர்களா தாய்மார்களே! தாய்ப்பாலில் உள்ள லாக்டோஸ் சர்க்கரையினுடைய அதியற்புதமான மகிமையை!

பொதுவாக, பாலூட்டுகிற தாய்மார்கள் செய்கிற தவறு ஒன்று இருக்கிறது. அது, பிள்ளைக்குத் தாகமாக இருக்கிறது என்று தண்ணீரைக் கொடுப்பது! அதைப்பற்றி அம்மாக்களிடம் கேட்டால், 'தாய்ப்பால் பசிக்காக, தண்ணீர் தாகத்திற்காக...' என்று அப்பாவியாக பதிலளிப்பார்கள். நாம் சாப்பிடுகையில் கூடவே தண்ணீரையும் சேர்த்துக்கொண்டு பசியாறுவதை வைத்தே தாய்மார்களும் இதைத் தவறாகப் புரிந்து வைத்திருக்கிறார்கள். ஆனாலும் தாய்ப்பாலில் முழுக்க முழுக்க 88 சதவீதம் தண்ணீரே இருக்கும்போது நாம் ஏன் கூடுதலாக தண்ணீரைக் கொண்டே பிள்ளையின் வயிற்றை நிரப்புவதற்குத் துடியாய்த் துடிக்கவேண்டும், தாய்மார்களே!

ஒருசிலர், 'கோடைக் காலத்தில்தான் குழந்தைக்கு வியர்க்குமே! அதனால் நீர்ச்சத்தும்கூட நிறையத் தேவைப்படும்தானே! அப்போது நாங்கள் என்ன செய்வது?' என்று அச்சப்படுகிறார்கள். ஆனால் குழந்தையின் தேவைக்கேற்ப சுரப்பதுதானே தாய்ப்பாலின் மகிமையே! அப்படியிருக்க, நன்றாக தாய்ப்பால் அருந்திக்

குடிக்கிற குழந்தைகளுக்குக் கோடைக்காலமானாலும்கூட தண்ணீரின் தேவை ஏற்படுவதேயில்லை. குழந்தைகளுக்கு நாம் மசித்த உணவை ஊட்டிவிடத் துவங்கும் ஆறு மாதத்திற்குப்பிறகு வேண்டுமானால் கூடுதலாக தண்ணீரைக் கொடுத்துக் கொள்ளலாம். இதற்குப் பின்பும் நான் தண்ணீரைக் கொடுத்தே தீருவேன் என்று அடம்பிடித்தால், குழந்தைகளுக்குப் பதிலாக அம்மாவாகிய நீங்களே நிறைய தண்ணீரைக் குடித்துக்கொள்ளுங்கள், அப்போது எல்லாமே சரியாகிவிடும் அல்லவா!

அதேபோல, தண்ணீர் அதிகமாகக் குடித்தால் தாய்ப்பாலும் தண்ணியாகச் சுரக்கும், வயிறு பருத்து அடிவயிற்றிலே தொந்தி போட்டுவிடும் என ஒருசிலர் நினைத்துக்கொண்டு, தண்ணீரைக் குடிக்காமலே இருந்துவிடுவார்கள். ஆனால் பிரசவத்திற்குப்பின்பு தண்ணீரை நிறையக் குடிக்கிறபோதுதான், இரத்த இழப்பினால் சோர்ந்துபோன இரத்த ஓட்டமும் சீராகும். அதேசமயம், இரத்தத்திலே தாய்ப்பால் உற்பத்தியும் தங்குதடையின்றி நடைபெறும் என்பதை தாய்மார்கள் அனைவருமே அவசியம் தெரிந்துகொண்டாக வேண்டும்.

நம் பிள்ளைகளுக்கு செர்லாக் முதல் நிலை, இரண்டாம் நிலை என்று கணக்குப் போட்டு எப்போது, என்ன தரலாம் என, நமது விஞ்ஞான மூளையைக் கசக்கிப் பிழிந்தெடுத்து, எதை வேண்டுமாலும் குடிக்கக் கொடுக்கலாம்தான்... ஆனால் பெற்றவளின் பாசத்திலே மூளை போடுகிற கணக்குதான் நமக்குத் தெரியுமா? குழந்தைகளின் தேவைக்கேற்ப அனைத்து நுண்ணூட்டச் சத்துகளையும்கொண்டு சரியான அளவிலே, தரமான பதத்திலே, அதற்கான நேரத்திலே, அந்தந்தக் குழந்தையின் வளர்ச்சிக்கேற்ப சுரப்பதுதான் தாய்ப்பாலின் மகத்துவமே!

இப்படிச் சுரக்கிற தாய்ப்பாலைப் புகட்டுகிறபோதுதான் அது, குழந்தைகளுக்கு நன்றாகச் செரிமானமாகி, வளர்ச்சிக்குத் தேவையான சத்துகளையெல்லாம் குடலும் உள்வாங்கிக் கொண்டு, மீதமாகிய கழிவுகளை எவ்விதச் சிரமமுமின்றி மலமாகவும், சிறுநீர் வழியாகவும் வெளியேற்ற முடிகிறது. அதேசமயம், எதையாவது காரணமாகச் சொல்லி நாம் தாய்ப்பாலைக் கொடுக்கத் தவறிவிட்டால் அதனால், மலம் கழித்தல் தொடர்பான பிரச்சினைகளும் சிறுநீரகப் பிரச்சினைகளும், அவர்கள் குழந்தைகளாக இருக்கும்போதோ அல்லது பெரியவர்களாக

வளர்ந்த பின்னரோகூட வருவதற்கான வாய்ப்புகள் இருக்கத்தான் செய்கின்றன என்பதையும் நாம் புரிந்து கொள்ள வேண்டும்.

தாய்ப்பாலைப் பற்றி சொல்லவேண்டுமென்றால், விக்கிரமாதித்யனுக்கு வேதாளம் கதை சொல்வதுபோல இன்னும் ஏராளமாகச் சொல்லிக்கொண்டே போகலாம். ஆனாலும் இங்கே நாம் சொல்வதெல்லாம் வெறும் கதை மட்டுமல்ல; விஞ்ஞானத்தின் மூலம் அறிவியல்பூர்வமாக அலசி ஆராய்ந்து சொல்லப்பட்ட விசயங்களே. சமீபத்தில், பிரசவித்த தாய்மார்களிடையே நடத்தப்பட்ட ஆய்வில், ஒட்டுமொத்த பிரசவித்தவர்களில் 95% தாய்மார்கள் தாய்ப்பால் ஊட்டுவதற்கு உடலளவில் தயாராகத்தான் இருக்கிறார்கள் என்று தெரிவிக்கிறது. ஆனாலும் நம்மில் பலபேர், தங்களுக்குத் தாய்ப்பால் சுரக்கவில்லையே! என்கிற மனநிலையில் குழப்பத்தோடுதான் தாய்ப்பாலைப் புகட்டிக்கொண்டிருக்கிறார்கள் என்றால், அவர்களுக்கு நாம் இன்னும் கூடுதலாக விழிப்புணர்வை ஏற்படுத்த வேண்டியிருக்கிறது.

பிரசவித்த தாய்மார்களுக்கு, ஒரு நாளைக்குச் சராசரியாக 500-900 மி.லிட்டர் வரை தாய்ப்பால் சுரக்கிறது என்று கணக்கிட்டிருக்கிறார்கள். இதன் மூலமாக, நமது குழந்தைக்கு சராசரியாக ஒரு நாளைக்கு 520 கிலோ கலோரிகள் வரையிலும் எனர்ஜி கிடைத்துவிடுகிறது. ஆக, இவ்வளவு சக்திவாய்ந்த தாய்ப்பாலைச் சுரப்பதற்கு அம்மாவிற்கு கொஞ்சமாவது தெம்பு வேண்டாமா? அதற்காகத்தான், பிள்ளைபெற்றவள் தினந்தோறும் 700 கிலோ கலோரிகள் வரை கூடுதலாகச் சத்து கிடைக்கக்கூடிய அளவிலே உணவை கட்டாயம் எடுத்துக்கொள்ள வேண்டும் என்று மருத்துவர்கள் அறிவுறுத்தியபடியே இருக்கிறார்கள்.

அதேபோல, தாய்மார்களும் “நாம்தான் பிள்ளை பெற்றுவிட்டோமே! இனிமேல் எதற்காக மாசமாக இருக்கையில் சாப்பிட்டதைப் போலவே அதிகமாகச் சாப்பிடவேண்டும்” என்று தாங்களாகவே நினைத்துக்கொண்டு சாப்பிடுவதைக் குறைத்துக் கொள்கிறார்கள். அதேசமயம், பிரசவித்த பிறகு “எனது உடம்பை குறைக்கப் போகிறேன், இவ்வளவு எடையோடு இருப்பது எனக்கு மிகவும் சங்கடமாக இருக்கிறது” என்று, சாப்பாட்டை ஒதுக்கித்தள்ளவும் கூடாது. குழந்தைக்குப் பாலூட்டுவதற்காக நாம் கர்ப்பகாலத்தில் மட்டுமல்ல; தாய்ப்பாலூட்டும் காலத்திலும்கூட சத்துள்ள ஆகாரங்களாகப் பார்த்து எடுத்துக்கொள்ளவேண்டியது மிகவும் அவசியமானது, தாய்மார்களே!

தாய்ப்பாலில் குழந்தைக்குத் தேவையான நானூறுக்கும் மேற்பட்ட விதவிதமான, எக்கச்சக்கமான கலவையான பொருட்கள் தங்கச்சுரங்கம் போலக் குவிந்து கிடக்கின்றன. இவை எல்லாவற்றையுமே ஆய்வகத்திலே வைத்து பால் பவுடர் வடிவிலே உருவாக்கிட முடியுமென்றா நினைக்கிறீர்கள்! சத்தியமாக முடியவே முடியாது. இப்படிப்பட்ட கலவைப் பொருட்களில் மிகமிக முக்கியமான வற்றைச் சொன்னால் நிச்சயமாக நம்பிவிடுவோம், 'தாய்ப்பால் உணவல்ல; உயிர்' என்று.

குழந்தைகளின் ஒவ்வொரு உறுப்புகளின் வளர்ச்சிக்காகவென்று தனித்தனியே, தனித்துவமான வளர்ச்சிக் காரணிகளைச் சுரக்கிறது, தாய்ப்பால். உச்சந்தலையில் இருந்து உள்ளங்கால் வரையிலும், கண்ணுக்குத் தெரிகிற தோலில் இருந்து உடலின் உள்ளே இருக்கிற எலும்புகள், தசைகள், உள்ளுறுப்புகள் வரைக்குமான குழந்தையின் ஒவ்வொரு பகுதியும் முதிர்ச்சியடையக்கூடிய 'சூப்பர் பவர்' மூலக்கூறுகளை தாய்ப்பால், குழந்தைகளுக்காக ஓயாமல் சுரந்துகொண்டேதான் இருக்கிறது. அதனால்தான் தாய்ப்பாலைத் தவறாமல் கொடுத்தாலேபோதும், குழந்தையின் வளர்ச்சி எப்போதும் சரியாகவே இருக்குமென்று தொடர்ந்து அறிவுறுத்திபடியே இருக்கிறார்கள். அதெல்லாம் சரி, அது என்ன அதிசக்தி வாய்ந்த சூப்பர் மூலக்கூறுகள்?

முழு உடல் வளர்ச்சிக்கான காரணிகள் (Growth Factor), தோல் வளர்ச்சிக்கான வளர்ச்சிக் காரணிகள் (Epidermal Growth Factor), நரம்பு மண்டல வளர்ச்சிக் காரணிகள் (Nerve Growth Factor), செரிமான வளர்ச்சிக்கு - இன்சுலின் வளர்ச்சிக் காரணிகள் (Insulin Growth Factor) மற்றும் மூளையிலுள்ள பிட்யூட்டரி, ஹைப்போதலாமஸ் சுரக்கிற ஹார்மோன்கள் என அத்தனையுமே தாய்ப்பாலின் வழியே குழந்தையினுடைய உடலிற்குள் செல்கிறது. இதனால் குழந்தைகளின் வளர்ச்சியும் தங்குதடையின்றி விறுவிறுப்பாக நடந்தேறுகிறது. இவையெல்லாம் கடையில் விற்கிற புட்டிப்பாலிலும், பால்பவுடரிலும் நிச்சயமாகக் கிடைக்காது தாய்மார்களே! இப்போது சொல்லுங்கள், தாய்ப்பால் என்பது வெறும் உணவு மட்டும்தானா?

அன்றாடம் நாம் புதிதுபுதிதாக கண்டுபிடித்துக் கொண்டிருக்கும் நோய்க்கிருமிகளிலிருந்து குழந்தைகளைக் காக்கும் வேலையை தாய்ப்பாலும் கவனமாக பார்த்துப் பார்த்துச் செய்கிறது. ஒரு பேச்சிற்காக, அம்மாவுக்கு ஏதாவதொரு கிருமித்தொற்று வந்து

காய்ச்சல், சளி பிடித்திருக்கிறது என்றே வைத்துக்கொள்வோம். உடனே, அம்மாவினுடைய இரத்தத்தில் சட்டென்று இத்தகைய நோய்க்கிருமிகளுக்கு எதிரான நோய்எதிர்ப்பு சக்திகளும் உருவாகி விடும்தானே! ஆக, இவைதான் அத்தகைய நோய்க்கிருமிகளை எதிர்த்துச் சண்டையிட்டு, அம்மாவை பாதுகாக்கிற வேலையைச் செய்கிறது. அதேசமயத்தில், இந்த நோய்எதிர்ப்பு சக்திகள் நிறைந்த இரத்தம்தானே தாய்ப்பாலாகப் பிரவாகமெடுத்து மார்பின் வழியே குழந்தைக்கும் செல்கிறது!

அப்படியென்றால், இதுவரையிலும் நோய்வாய்ப்பட்டதன் மூலமாக அம்மாவின் உடலில் என்னென்ன நோய் எதிர்ப்பு சக்தியெல்லாம் உருவாகியிருக்குமோ அவையனைத்தும், இப்போது தாய்ப்பாலின் வழியாக குழந்தையின் உடலிற்குள் சென்று, அந்தக் குறிப்பிட்ட நோய்க்கு எதிரான நோய் எதிர்ப்புச் சக்தியை குழந்தைக்கும் கொடுத்துவிடுகிறது அல்லவா! இதனால்தான் அம்மாவுக்குக் காய்ச்சல் வந்தாலும்கூட தாய்ப்பால் கொடுப்பதை நிறுத்தவேண்டாம் என்று அறிவுறுத்துகிறார்கள்.

இப்படியாக, என்னென்ன நோய் எதிர்ப்பு சக்திகளையெல்லாம் தாய்ப்பால், குழந்தைக்குக் கொண்டு செல்கிறது என்று தெரியுமா? இம்யுனோகுளோபின்கள், ரத்த வெள்ளையணுக்கள், லைசோசைம், மேக்ரோபேஜ், லாக்டோ பெராக்சிடேஸ் நொதிகள், லாக்ட்டோபெரின் மற்றும் பைபிடல் காரணிகளென இன்னும் நிறைய சொல்லிக்கொண்டே போகலாம். இவையெல்லாமே, குழந்தையைப் பாதுகாப்பதற்காக அம்மாவால் தாய்ப்பால் மூலமாக அனுப்பப்படுகின்ற போர்ப்படை வீரர்கள்தானே!

தாய்ப்பாலில் வைட்டமின் சத்துகள் நிறைந்திருக்கின்றன. வைட்டமின் டி சத்துகள் நிறைந்த தாய்ப்பாலினால், பற்கள் மற்றும் எலும்புகளின் வளர்ச்சிகள் துரிதமாக நடக்கின்றன. அதேசமயம், குழந்தைகளுக்குக் கூடுதலாக வைட்டமின்-டி சத்துகள் கிடைக்கவேண்டி, மருத்துவர்கள் பரிந்துரைக்கிற சத்து டானிக்குகளை எடுத்துக்கொள்வதோடு, குழந்தைகளின்மீது அதிகாலை மிதமான சூரிய வெளிச்சம் படுமாறும் பார்த்துக்கொள்ள வேண்டும் என்பதை நாம் மறந்துவிடக்கூடாது.

அதேசமயம், குழந்தைக்குத் தேவையான அளவில் வைட்டமின் - கே சத்துகள் தாய்ப்பாலில் இல்லாததால், அவர்கள் பிறந்தவுடனேயே வைட்டமின் - கே ஊசியை தொடையிலே

மருத்துவர்கள் போடுகிறார்கள். இந்த வைட்டமின்-கே சத்துகள்தான், அடிபட்டவுடனே காயத்திலிருந்து அதிக இரத்தப்போக்கு ஏற்படாமல் இரத்தத்தை உடனே உறையவைக்கிற வேலையைச் செய்கிறது. ஆக, மருத்துவர்கள் அறிவுறுத்தும் இந்த வைட்டமின்களைத் தவிர்த்து வேறு எந்த டானிக்குகளும் குழந்தைகளுக்குத் தேவையேயில்லை என்பதை நாம் நன்றாக மனதிலே பதிய வைத்துக்கொள்ள வேண்டும்.

இறுதியாக, தாய்ப்பாலில் மட்டுமே இருக்கின்ற டாரின், சிஸ்டின் போன்ற அமினோ அமிலங்களெல்லாம் மாட்டுப் பாலிலோ, பால் பவுடரிலோ இருப்பதில்லை என்பதையும் தெரிந்துகொள்ளுங்கள். இவை, நரம்பு மண்டலத்தினுடைய வளர்ச்சிக்கும், உடலைக் கட்டுப்படுத்தக்கூடிய பல்வேறு சமிக்ஞைகளை மூளை மற்றும் ஏனைய பகுதிகளுக்கு எடுத்துச் செல்கிற வேலையையும் சுறுசுறுப்பாகச் செய்கிறது. இப்படிப்பட்ட தாய்ப்பாலை, நாம் எந்த ஆய்வகத்திலும் நிச்சயமாகத் தயாரிக்கவே முடியாது அல்லவா!

நாம் இவ்வளவு காலமும், வழிவழியாக வாய்மொழிக் கதைகளாகக் கேட்ட அறிவுரைகளைக் கொண்டே நம்முடைய பிள்ளைகளை வளர்த்துக்கொண்டு வருகிறோம். இதிலிருந்து நம்மைப் பெற்றோரும்கூட தப்பிவிடவில்லை. ஆனால், இப்போதுதான் தாய்ப்பால் பற்றிய அறிவியல்பூர்வமான தெளிவை நாம் பெற்றுவிட்டோம் அல்லவா! இனி, இந்தச் செய்தியை தலைமுறை தலைமுறையாக நம் ஒவ்வொரு சந்ததியினருக்கும் எடுத்துச் சொல்வோம் தாய்மார்களே! தாய்ப்பால் என்பது பசிக்காக சுரப்பதல்ல; குழந்தைகளின் உயிரை வளர்த்தெடுப்பதற்காகவே சுரக்கிற உயிர்நீர் என்பதை உரக்கச் சொல்லுவோம்.

★★★

3

தாய்ப்பால்: மாயங்கள் புரியும் மந்திர பானம்

பலவிதமான மாயாஜாலங்களை நிகழ்த்துகிற அற்புதங்கள் நிறைந்ததுதான், தாய்ப்பால். குழந்தையின் தேவைக்கேற்ப, ஒவ்வொரு கணமும் தன்னையே நுட்பமாக தகவமைத்துக் கொள்கிற ஒரு பரிசுத்தமான மாய அருவி. கானகங்களில் வித்தைகள் நிகழ்த்துகிற பச்சோந்தியும்கூட, தன் வாழ்வை தக்கவைத்துக் கொள்வதற்காக தன் நிறத்தை தேவைக்கேற்றவாறு மாற்றிக்கொள்கிறது அல்லவா! அதைப்போலவே தாய்ப்பாலும், குழந்தையின் தேவைக்கேற்ப இரவும் பகலுமாக, அனுதினமும் தாய்ப்பால் கொடுக்க ஆரம்பிக்கும்போது ஒருவிதமாகவும், முடிக்கப்போகும் தறுவாயில் ஒருவிதமாகவும் தன்னையே மாய வடிவங்களில் பலவிதமாக தகவமைத்துக்கொண்டே இருக்கிறது. இப்படியாக, தன்னைத்தானே குழந்தைக்காக செதுக்கிக் கொள்கிற தாய்ப்பாலைப் பற்றி நாம் இன்னும் நிறையவே தெரிந்துகொள்ள வேண்டியிருக்கிறது தாய்மார்களே!

ஒருவேளை, நாம் குழந்தைக்குத் தாய்ப்பால் கொடுக்காமல் மாற்றுப் பாலைப் புகட்டிவிட்டால் இனிமேல், குழந்தைக்குத் தாய்ப்பால் தேவையேயில்லை போலும். நாம் எதற்கு இப்படி மெனக்கெட்டு இரத்தத்தைப் பிழிந்து தாய்ப்பாலாகச் சுரந்து கஷ்டப்பட வேண்டும் என்று, தாய்ப்பாலை குறைவாகச் சுரப்பதற்காக மார்பகமே தன்னைத் தயார்படுத்திக் கொண்டுவிடும் என்பதையும் நாம் புரிந்துகொள்ள வேண்டும்.

1. காலை பால்

பொதுவாக, அம்மாக்களுக்கு அதிகாலையில்தான் தாய்ப்பால் அதிகமாகச் சுரக்கிறது. ஆகவேதான், இந்த அதிகாலை நேரத்தைப் பயன்படுத்திக்கொண்டு குழந்தைகள் நன்றாகப் பசியாறும் வகையில் தாய்ப்பாலைப் புகட்டவும் அதேசமயம், அதிகமாகச் சுரக்கிற தாய்ப்பாலை பத்திரமாக எடுத்துக் குவளையில் சேகரித்துக்கொண்டு மீண்டும் அதை தேவைப்படும்போது பயன்படுத்தியும் கொள்ளலாம்.

2. இரவு பால்

இரவில்தான் தாய்ப்பாலைச் சுரக்க வைப்பதற்கான புரோலாக்டின் ஹார்மோன்கள் அதிகமாகச் சுரக்கின்றன. எனவே, இரவு நேரத்திலே தாய்ப்பால் அதிகமாகப் புகட்டுவதில் அம்மாக்கள் கவனம் கொள்கிறபோது, தாய்ப்பால் தங்குதடையின்றி நிறைவாகச் சுரக்கிறது.

3. தினந்தினம் தாய்ப்பால்

தாய்ப்பால் சுரத்தலுடைய அளவும், அதிலுள்ள சத்துகளுடைய தன்மையும் குழந்தைகள் வளர்ந்துவருகிற வயதிற்கேற்ப தினந்தினம் மாறிக்கொண்டேதான் இருக்கும். முதல் நாள் சுரக்கும் தாய்ப்பாலைப் போலவே அடுத்த நாளும் சுரக்காது. காலையில் சுரக்கிற பாலைப் போல் மாலை இருக்காது. இப்படி ஒவ்வொரு நாளும், ஒவ்வொரு பொழுதும் குழந்தையின் வளர்ச்சிக்கேற்ப புதுப்புது தன்மையில் தனித்தன்மையோடு தாய்ப்பால் சுரக்கிறது.

4. முதல் ஆறு மாதம்

முதல் ஆறு மாதத்திற்குச் சுரக்கும் தாய்பாலில் இருந்து கிடைக்கிற சத்துகளே குழந்தையின் முழுவளர்ச்சிக்கும் போதுமானதாக இருக்கிறது. ஆனால் அதற்குப் பின்புதான் குழந்தைகளெல்லாம் துறுதுறுவென தவழ, உட்கார, எழுந்துநிற்க, நடக்கவென்று, துள்ள ஆரம்பித்துவிடுவார்களே! அதேசமயம், ஆறு மாதம் ஆனபிறகு குழந்தைக்கு மசித்த உணவை ஏற்றுக்கொள்கிற பக்குவமும் வந்துவிடுகிறது. எனவேதான் வளருகிற குழந்தைகளுக்குக் கூடுதலாக ஆறு மாதங்களுக்குப் பின்னால் தாய்ப்பாலுடன் சேர்த்து கூடுதலாக உணவையும் கொடுக்க வேண்டியிருக்கிறது என்பதைப் புரிந்து கொள்ளலாம்.

5. குறை மாதம் – நிறை மாதம்

தாய்ப்பாலானது சிறிய மார்பகம், பெரிய மார்பகம் என்று மார்பகத்தின் அளவைக் கொண்டெல்லாம் சுரப்பதில்லை. ஆனால் நிறைமாதமா, குறைப்பிரசவமா என்று பார்த்து மட்டும் அதற்கேற்ற தாய்ப்பாலைச் சுரக்கிறது. குறை மாதத்தில் பிறந்த குழந்தைகள், அம்மாவின் பத்துமாதப் பாதுகாப்பிலிருந்து முன்னரே பிறந்து வெளியே வந்துவிடுவதால், கூடுதலான பாதுகாப்பு வேண்டி நிறைமாதத்தில் பிறக்கிற குழந்தையின் தாய்ப்பாலைவிட அதிகமான புரதச்சத்துள்ள தாய்ப்பாலாகச் சுரக்கிறாள் அம்மா! ஆனால் அதேசமயம், எந்தச் சூழலிலும் தாய்ப்பால் மட்டும் சுரக்காமலே

இருக்காது என்பதை மட்டும் நாம் எப்போதும் மனதில் பதிய வைத்துக்கொள்ள வேண்டும்.

6. சீம்பால்

முதல் மூன்று நாட்களுக்குக் கட்டியாக, பிசுபிசுப்பாக, மஞ்சள் நிறத்தில் சீம்பால் கொஞ்சமாகச் சுரக்கிறது. சீம்பாலின் முக்கியமான நோக்கமே, குழந்தைகளின் வெளி உலகிற்குத் தேவையான பாதுகாப்பை உடனடியாக அளிப்பதுதான் என்பதை நாம் நினைவில்கொள்ள வேண்டும்.

7. இடைநிலைப் பால்

குழந்தையைப் பிரசவித்த நான்காவது நாளிலிருந்து, இரண்டாவது வாரம் வரைக்கும் இந்த இடைநிலைப் பாலே சுரக்கிறது. இது சீம்பாலிற்கும், முதிர்ந்த தாய்ப்பால் சுரத்தலுக்குமான இடைப்பட்ட நிலையாகும். இந்தக் காலக்கட்டத்தில்தான், சீம்பாலில் சர்க்கரையும் கொழுப்பும் குறைவாகச் சுரந்த காரணத்தால், முதல் மூன்று நாட்களில் குறைந்துபோன பத்து சதவீத எடையைச் சமன்செய்கிற வேலை நடக்கிறது. அதாவது, குழந்தைகளின் எடையை அதிகரிக்க வேண்டி சர்க்கரை மற்றும் கொழுப்புச்சத்து நிறைந்த தாய்ப்பாலாக மார்பகம் சுரக்கிறது. மேலும், இந்த நாட்களின் கணக்குகள் எல்லாமே தாய்மார்களுக்குத் தாய்மார்கள் வித்தியாசப்படும் என்பதையும் நாம் நினைவில்கொள்ள வேண்டும்.

8. முதிர்ந்த பால்

இது, கட்டியாக இல்லாமல் தண்ணியாகவே சுரக்கிறது. உடனே, தண்ணியாகச் சுரப்பதால் வேறு எந்தச் சத்தும் இருக்காதோ என்றெல்லாம் நினைத்துவிடக்கூடாது. குழந்தையின் வளர்ச்சிக்குத் தேவையான அத்தனை சத்துகளையும் உள்ளடக்கிய நிறைவான பாலாகத்தான் இது சுரக்கிறது. இத்தகைய பால்தான், தாய்ப்பால் கொடுக்கின்ற காலம் வரையிலும் தொடர்ந்து மார்பிலே சுரந்து கொண்டே இருக்கும். உலக சுகாதார நிறுவனத்தின் அறிவுறுத்தல்படி, குறைந்தபட்சம் இரண்டு வருடங்கள் வரையிலாவது தாய்ப்பால் ஊட்டுவதே குழந்தைக்கும் தாய்க்கும் நல்லது.

9. முன்பால்

நீங்கள் தாய்ப்பால் புகட்ட ஆரம்பித்தவுடன் மார்பில் முதன்முதலாக சுரப்பதுதான் முன்பால். இதிலே நீர்ச்சத்துதான் அதிகமாக இருக்கும். அது நீண்டநேரமாகவே அழுதழுது

தொண்டை வறண்டுபோன குழந்தையின் தாகத்தைத் தீர்ப்பதற்கென்றே துவக்கத்தில் சுரக்கிறது.

10. பின்பால்

தாய்ப்பால் கொடுத்து முடிக்கிற தறுவாயில் சுரப்பதே, பின்பால். இதிலே கொழுப்புச்சத்து நிறைந்திருப்பதால், குழந்தையின் பசியைப் போக்கிய உணர்வைக் கொடுக்கிறது. மேலும், தாய்ப்பாலில் இருக்கிற இந்தக் கொழுப்புச் சத்துகள்தான், மூளையின் நரம்புகள் வளர்வதற்கும், குழந்தைகளின் எடைகள் அதிகரித்து அவர்கள் கொழுகொழுவென அழகாக வளர்வதற்கும் உதவுகிறது. ஆக, வாரக்கணக்கிலே தாய்ப்பால் கொடுத்தும் குழந்தையின் எடை கூடவேயில்லையே என்று சொல்லுபவர்கள், இத்தகைய பின்பால் குழந்தைக்குக் கிடைக்கிறதா என்பதையும் உறுதி செய்துகொள்ள வேண்டும்.

பல தாய்மார்கள், சர்வ சாதாரணமாக செய்கிற முக்கியமான தவறு இதிலே இருக்கிறது. ஒருசில தாய்மார்கள், தாய்ப்பாலை நிறைவாகக் கொடுத்தாலும்கூட, “என் பிள்ளைக்கு எடையே கூட மாட்டேன் என்கிறது, டாக்டர் சொன்னபடி மூன்று நாளைக்குப் பிறகாவது எடை போடுவான் என்று பார்த்தால், இன்னும் அவன் வத்திக்கொண்டே போறானே தவிர, சத்துப் பிடித்தாற்போல் எனக்குத் தெரியவேயில்லை” என்று, மருத்துவமனை மருத்துவமனையாக படியேறிக் கொண்டிருப்பார்கள். ஆனால் இப்படி, குழந்தைகள் எடைகூடாமல் இருப்பதிலும்கூட ஒரு அறிவியல் இரகசியம் இருக்கத்தான் செய்கிறது தாய்மார்களே!

குழந்தைகள் மார்புக்காம்பை ஒருபுறம் கவ்விச் சுவைத்தாலே, இரண்டு மார்பிலுமே தாய்ப்பால் சுரக்கும் என்பதை நாம் முன்னமே பார்த்தோம் அல்லவா! குழந்தைகள் அழுதவுடனே நாம், மார்பின் ஒருபுறத்தில் போட்டு குழந்தைக்குத் தாய்ப்பாலைப் புகட்டுகிறோம் தானே! உடனே ஏதோ ஞாபகம் வந்தாற்போல திடுக்கிட்டு, அச்சச்சோ! இன்னொரு மார்பிலேயும் தாய்ப்பால் கட்டியிருக்கிறதே, அதை என்ன செய்ய? என்று, பாதியிலேயே குழந்தையைத் தூக்கி இன்னொரு மார்பிலே போட்டுத் தாய்ப்பாலைப் புகட்டுத் துவங்கி விடுகிறோம், அப்படித்தானே?

நாம் மேற்கண்டவாறு செய்கையில் என்ன நடக்கிறதென்றால், முதலிலே மார்பில் போட்டவுடன் குழந்தையின் தாகத்தைத் தீர்க்க முன்பால் மட்டுமே அப்போது சுரந்திருக்கும். மேலும் பால் கட்டிவிட்டதாக நினைத்துக்கொண்டு, பாதியிலேயே குழந்தையைத்

தூக்கி இன்னொரு மார்பிலே போடும்போது, அப்போதும் தண்ணீர்ச்சத்து நிறைந்த முன்பால்தானே அதிலும் சுரந்திருக்கும். அப்படியென்றால், தாய்ப்பால் கொடுக்கிறேன் என்று சொல்லிக்கொண்டு வெறுமனே இரண்டு மார்பிலும் மாறி மாறி தண்ணீரைக்கொண்டே பிள்ளையின் வயிற்றை நாம் நிரப்பிக்கொண்டே இருக்கிறோம் என்றுதானே அர்த்தமாகிறது! மேலும் இந்த விசயத்தில், இன்னொரு சிக்கலும்கூட இருக்கிறது.

முன்பால் மட்டுமே குடித்து வளருகிற குழந்தைகளுக்கு, கொழுப்புச்சத்து நிறைந்த பின்பால் கிடைத்திருக்காது அல்லவா! மார்பிலிருந்து பின்பால் கிடைத்தால்தானே, அதிலுள்ள கொழுப்புச் சத்துகளும் குழந்தைக்குச் சென்று அவர்களது எடையும் அதிகரிக்கும்! இப்போது புரிகிறதா, நம்முடைய குழந்தைக்கு எடை ஏன், கூடுவதே இல்லையென்று! இப்படி, முன்பால் மட்டுமே குடித்துவிட்டு தூங்கும் குழந்தைகளுக்குத்தான் பசியே தீராதே! அப்புறம் என்ன? பிள்ளைகள் மீண்டும், மீண்டும் பசியில் தாய்ப்பால் கேட்டு தூக்கத்தில் எழுந்து அழத் துவங்குவார்கள். நாமும் பாவம்போல இரவும் பகலும் உறங்காமல் கொள்ளாமல் உட்கார்ந்து, தாய்ப்பாலைப் புகட்டிக்கொண்டே இருக்க வேண்டியிருக்கும்!

ஆதலால், குழந்தைகள் மார்பின் ஒருபக்கம் முழுவதுமாக தாய்ப்பால் குடித்து முடித்தபின்னர்தான் மறுபக்க மார்பிலே தாய்ப்பாலைப் புகட்டுவதற்கு அவர்களை மாற்றவேண்டும். அப்படி ஒருவேளை, மறுபக்க மார்பிலே குழந்தைகள் பால் குடிக்காமல் தாய்ப்பால் கட்டிவிட்டாலும்கூட, அதை நாம் சுத்தமான கிண்ணத்தில் பீய்ச்சியெடுத்து குளிர்சாதனப் பெட்டியில் வைத்துப் பராமரிப்பதன் மூலமாக 24 மணி நரம் வரையிலும் அதை உபயோகித்துக்கொள்ள முடியும் தாய்மார்களே!

பார்த்தீர்களா! நம் மார்பிலிருந்து இளஞ்சூட்டில் கசிந்து வருகிற தாய்ப்பாலை வெகுசாதாரணமாகவே எடுத்துக் கொள்கிறோம். ஆனால், அதன் சுரப்பில்தான் எத்தனை எத்தனை அற்புதங்களை நிகழ்த்தி விடுகின்றன! இதையெல்லாம் புரிந்துகொள்ளும்போது கட்டாயம் நாம், நம் பிள்ளைக்கு தாய்ப்பாலை புகட்டாமல் தவிர்க்கவே மாட்டோம் அல்லவா!

★★★

4

தாய்ப்பால் குழந்தைக்காக மட்டுமல்ல; அம்மாவுக்காகவும் சுரக்கிறது

பிள்ளை பெற்றவுடனே தாய்ப்பால் மார்பிலிருந்து சுரக்கப் போகிறது... பிள்ளைகளும் அதை வாய்வைத்து 'செவனே'யென்று உறிஞ்சிக் குடிக்கப்போகிறார்கள். தாய்ப்பால் அவர்களின் பசிக்கென சுரக்கிறதே தவிர, தாய்மார்களாகிய எங்களுக்கு இதனால் என்னவாகிவிடப் போகிறது... என்கிற மனநிலையோடு தான் பலரும் பால் ஊட்டுகிறார்கள். ஆனால் பிரசவித்தவுடன் மார்பிலிருந்து தாய்ப்பால் சுரப்பதென்பது, வெறுமனே குழந்தைகளுக்காக மட்டுமல்ல தாய்மார்களே! அது தாய்மைப்பேறு அடைந்த உங்களுக்காகவும்தான் சுரக்கிறது. என்னது... தாய்ப்பால் எங்களுக்காகவும் சுரக்கிறதா! என்று குழப்பமடைய வேண்டாம். தாய்ப்பால் புகட்டுவதனால் நாம் எப்படிப்பட்ட பாக்கியவான்களாக இருக்கிறோம் என்பதைப் பற்றித்தான் இனி, முழுவதுமாக புரிந்துகொள்ளப் போகிறோம்.

பிரசவத்திற்குப் பின்பான மனஅமைதி

குழந்தையைப் பெற்றவுடனே தாய்மார்கள், 'அப்பாடா, உடம்பே இலேசாகிடுச்சு!' என்கிற நிம்மதிப் பெருமூச்சை விடுவார்கள். உடம்பே காற்றைப்போலாகி அந்தரத்தில் மிதப்பது போலவும் அதேசமயம், உடம்பை அசைக்கவே முடியாதவாறு அசதியாகவும் உணர்வார்கள். இதுதான், பிள்ளை பெற்றெடுத்த களைப்பு.

முதன்முதலாக பிள்ளையைப் பெற்றெடுக்கும் தாய்மார்கள், ஏதோவொரு இனம்புரியாத உணர்வில் திளைத்துக் கொண்டிருப்பார்கள். ஆம், நானும்கூட இப்போது அம்மாவாகிட்டேன்! என்று பூரித்துக்கொள்வார்கள். இத்தகைய உணர்ச்சிப் பெருக்கை அனுபவிக்காமல் தாய்மார்களும் பிரசவத்தைக் கடந்து வந்திருக்க

முடியுமா? அம்மாக்களுக்குத்தான், தம் பிள்ளையை இறுக அணைத்தபடி கொஞ்சுவதிலும், பாதங்களையும், பிஞ்சு விரல்களையும் கிச்சுகிச்சு மூட்டியபடி, குழந்தைகளை சிணுங்கி அழவைத்து விளையாட்டுக் காட்டுவதிலுமே அத்தனை சந்தோசங்களும் கிடைத்து விடுகிறதே! ஆம். அம்மாக்கள், அதைத்தவிர வேறென்ன கொண்டாட்டத்தை எதிர்பார்த்துவிடப் போகிறார்கள்!

'எப்போதுதான் பிள்ளையைப் பார்க்கப் போகிறோமோ?' என்கிற ஏக்கத்தை கருவுற்றிருக்கும் காலத்திலிருந்தே எதிர்கொண்டிருப்பார்கள், பெண்கள். சிலசமயங்களில், சிசேரியன் செய்துகொண்டு பிள்ளையைப் பார்க்கமுடியாமல் பாதி மயக்க நிலையில் இருக்கிறபோதும், பிள்ளைக்கு ஏதேனும் காய்ச்சல், மஞ்சள் காமாலை என்று அவர்களை அவசரப்பிரிவு பகுதியில் வைத்திருக்கும்போதும் பெற்றவள், குழந்தையைக் காணாமல் அழுது புலம்பியபடியே மனஅழுத்தம் ஏற்பட்டுத் தவிப்பதை, இன்னொரு தாயால் மட்டும்தான் புரிந்துகொள்ள முடியும்.

இத்தகைய மனஅழுத்தத்திலிருந்தும், பிரசவமாகிய உடலில் உண்டாகிற சோர்வு மற்றும் கவலைகளிலிருந்தும் அவர்கள் மீண்டு வருவதற்கான ஒரே மருந்து, 'நாம் பெற்றெடுத்த பிள்ளைகள் மட்டுமே...' என்று, யாரும் நமக்கு இதுவரை சொல்லிக் கொடுத்ததேயில்லை. தாய்மார்கள், தங்களுடைய பிள்ளையின் அருகிலேயே இருபத்திநான்கு மணிநேரமும் படுத்திருந்து, அவர்களுக்குப் பசிக்கும்போதெல்லாம் தாய்ப்பாலூட்டுவது ஒன்று மட்டும்தான் இதற்கான ஒட்டுமொத்த வைத்தியமே! இதனால்தான், குழந்தைகளை உறவினர்கள்கூட அடிக்கடி தூக்கவேகூடாது என்றும், அம்மாவின் அருகிலேயே எப்போதும் அவர்களை படுக்க வைத்திருக்க வேண்டுமென்றும் சொல்லி, உறவினர்களை ஒரேயடியாக செவிலியர்கள் வெளியே துரத்தியபடியே இருக்கிறார்கள். இதனால், குழந்தைக்குக் கூடுதலாக ஏற்படுகிற நோய்த்தொற்றையும் தவிர்த்துவிட முடியுமல்லவா!

இப்படியாக, தாயும் சேயும் அருகருகே இருந்தபடி தாய்ப் பாலூட்டுவதால் இருவருக்குமே கிடைக்கிற பலன்கள் ஏராளம். அதாவது, தாயும் குழந்தையும் உடலோடு உடலாக ஒட்டியபடியே இருப்பதால், அம்மாவின் தோலில் இருக்கிற, நல்லது செய்யும் பாக்டீரியாக்கள் குழந்தையின் தோலுக்கும் சென்று ஒருசேர பாதுகாப்பினைக் கொடுக்கிறது. மேலும், கொழுப்புகளே இல்லாத

தோலில் வார்க்கப்பட்ட குழந்தையின் உடலில் வெப்பத்தின் அளவையும், சர்க்கரையின் அளவையும் சீராக பராமரிப்பதற்கும், அதனால் உடலில் வளர்சிதை மாற்றங்கள் வேகமாக நடைபெறு வதற்கும், இருவரும் ஒன்றாக இருப்பது மட்டும்தான் தூண்டுதலாக அமைகிறது.

அம்மாவும் குழந்தையும் நெருங்கி இருக்கும்போது, ஒருவரையொருவர் உடல்ரீதியாகவும் மனரீதியாகவும் புரிந்து கொள்வதற்கான வாய்ப்புகள் கிடைக்கின்றன. இதனால் இருவருக்கும் இடையிலான அன்பு பெருக்கெடுத்து பாசப்பி ணைப்பும் அதிகரிக்கிறது. இத்தகைய பேரன்போடு இருந்தாலே, தாய்ப்பாலும் மார்பில் பெருக்கெடுத்தபடி இருக்குமல்லவா!

அம்மா தூங்கும்போது குழந்தையின்மேல் கை, கால் பட்டுவிடும் என்றோ, தொட்டில் மெத்தையில் படுத்தால் குழந்தைகள் நன்கு சொகுசாக தூங்கிவிடுவார்கள் என்றோ, நாம் தப்புக்கணக்கு போட்டால் அது, அம்மாவையும் குழந்தையையும் ஒருசேர பாதித்துவிடும் என்பதை நாம் புரிந்துகொள்ள வேண்டும். அம்மாவும், குழந்தையும் அருகாமையில் இருக்கிறபோதுதான் இருவருமே நன்றாகத் தூங்கி எழமுடியும். கருவறை இருட்டில் பத்துமாதங்கள் பழகிய குழந்தைகள், பிறந்த பின்னால் இரவிலே தூங்கி, பகலிலே எழுகிற பழக்கத்தை சீக்கிரமாகவே அம்மாவிடமிருந்து கற்றுக் கொள்கிறார்கள்.

இப்படி இருவருமே ஒன்றாயிருக்கிற நேரம்தான் மிகவும் முக்கியமானது. இந்தநேரத்தில், குழந்தையின் பக்கத்திலேயே அம்மாக்கள் இருப்பதால் அவர்களின் குணாதிசயங்களை, மன ஓட்டங்களைக்கூட தாயால் எளிதாகப் புரிந்துகொள்ள முடிகிறது. மேலும் குழந்தைகள் பிறந்து வெளியே வந்ததும், வயிற்றுக்குள் இருக்கையில் உணர்ந்திருந்த அம்மாவினுடைய உடல் வாசனையையும், இருதயத் துடிப்பையும், குரலையும் வைத்தே அம்மாவை அடையாளம் கண்டு தாய்மீது இன்னும் கூடுதலான அன்பைப் பொழிகிறார்கள்.

மேலும், குழந்தைக்கு எப்போது பசிக்கும், எப்போது தூங்கியெழுவார்கள், எதற்காக அழுகிறார்கள் என்றெல்லாம் மருத்துவமனையில் தங்கியிருக்கின்ற இந்தக் குறைவான காலத்திலேயே தாய்மார்கள், தங்கள் குழந்தையைப் பற்றி முழுவதுமாக கற்றுக்கொள்கிறார்கள். இதனால் பசிக்காக அவர்கள்

அழுவதற்கு முன்பே, ஆரம்பத்தில் பசியின் காரணமாக வெளிப்படுத்துகிற உதட்டைச் சுழித்தல், சுவைத்தல், வாயை அகலத் திறத்தல், நாக்கை காற்றிலே துளாவுதல், விரல்களைச் சுவைத்தல், வாநீர் வடித்தல் போன்ற அறிகுறிகளை வைத்தே அம்மாக்களும் புரிந்துகொண்டு தாய்ப்பாலூட்ட கற்றுக்கொள்வார்கள். இத்தகைய அனுபவத்தினால், வீட்டிற்குச் சென்றபின் குழந்தையின் நடவடிக்கைகளைக் கண்டு அச்சப்படாமல் அவர்களைக் கையாளும் கலையைக் கற்றுத்தேறவும் உதவுகிறது. இதனால் குழந்தையை வளர்ப்பதற்கான தன்னம்பிக்கையும் தாய்மார்களுக்குக் கைகூடி வருகிறது.

குழந்தைகளும்கூட அம்மாவை நன்கு புரிந்துகொண்டு, அவர்கள் பேசுகையில் புரிந்ததைப் போன்று தலையாட்டிச் சிரிக்கிறார்கள். அம்மாவுடன் சேர்ந்து அமைதியாகத் தூங்க கற்றுக்கொள்கிறார்கள். அம்மாவின் அருகிலேயே இருக்கையில், வெளியுலகம் பற்றிய பயம் குறைந்து, எதற்கெடுத்தாலும் அழுகாமல் அமைதியான குழந்தைகளாக வளர்கிறார்கள். இதனால் அம்மாவிடமிருந்து நல்ல பழக்கங்களைக் கற்று, நல்லொழுக்கங்கள் உடையவர்களாகவும் ஆரோக்கியமான குழந்தையாகவும் முதிர்ச்சியடைகிறார்கள். இதனால் அவர்களின் வளர்ச்சியும் வேகவேகமாக நடக்கிறது. குழந்தைகளும், எப்போதும் சுறுசுறுப்பாக இருப்பவர்களாகத் தெரிகிறார்கள். குழந்தைகளின் எடை சீக்கிரமாக அதிகரிக்கிறது. இவையனைத்துமே அம்மாவும் பிள்ளையும் அருகாமையில் இருப்பதால் மட்டுமே நடக்கிறது என்பதை மட்டும் எப்போதுமே மனதில் வைத்துக்கொள்ளுங்கள் தாய்மார்களே!

அம்மாக்களும், தங்களது குழந்தைக்கு தாய்ப்பாலூட்டும் கலையை விரைவிலேயே கற்றுத் தேர்ந்துவிடுகிறார்கள். தாய்ப்பாலும் அம்மாவின் மனமகிழ்ச்சியை வைத்தே சுரக்கின்ற காரணத்தினால், குழந்தையுடன் பூரண சந்தோசத்தில் இருக்கிற அம்மாக்களுக்கு தாய்ப்பால் சுரத்தலும் தங்குதடையின்றி அதிகரிக்கிறது. குழந்தையின் சிரிப்பும், அழுகையும் (கேட்கும் நரம்புகள்), அவர்களின் உடல் வாசமும் (வாசனைக்குரிய நரம்புகள்), அவர்களின் உருவமும் (பார்வை நரம்புகள்) அதனதன் நரம்புகளின்வழியே தூண்டப்பட்டு, அவை மூளைக்குச் சென்று தாய்ப்பால் சுரப்பதை அதிகப்படுத்துகிறது. இதனால் இருவருமே அருகருகே இருக்கும் நிகழ்வால் தாய்ப்பால் பற்றிய பிரச்சினைகள் இந்தத் தாய்மார்களுக்கு ஏற்படுவதேயில்லை.

குழந்தை பிறந்தவுடனே பெரியவர்கள் அவர்களை தூக்கி வைத்துக்கொண்டு "பெரிய மனுசனாட்டம், பாட்டிய எப்படி உத்து உத்துப் பாக்குறான்னு பாரு..." என்று கொஞ்சிக் கொண்டிருப்பார்கள். உண்மையில், பிறந்தவுடனே குழந்தைகளுக்குப் பார்வை தெரியுமா என்றால், ஆம், பார்வை தெரியும்! ஆனால் அவர்கள் மிகவும் குறைபாடான பார்வையைத்தான் ஆரம்பத்திலே கொண்டிருப்பார்கள். அதாவது, குழந்தைகளின் கண்களுக்கு 20 செ.மீ தூரத்தில் தெரிகிற உருவங்களை மட்டுமே தெளிவாகக் காணமுடியும். பெரியவர்களைப் போன்ற பார்வையை அவர்கள் பிறந்த எட்டாவது மாதத்தில்தான் பெறுகிறார்கள்.

இன்னொரு முக்கியமான இரகசியம் ஒன்று இருக்கிறது, தாய்மார்களே! நம் பிள்ளையை பூப்போல கையில் தாங்கிக்கொண்டு, மார்பிலே தாய்ப்பால் கொடுக்கையில், பிரசவித்துப் பொலிவாகிய நம் முகத்திற்கும், குழந்தையின் உருண்டைக் கண்களுக்கும் இடைப்பட்ட தூரம், சராசரியாக இருபது செ.மீட்டராகவே இருக்கிறது. ஆகவேதான், நாம் எத்தனைமுறை, எவ்வளவுநேரம் குழந்தைக்குத் தாய்ப்பால் கொடுக்கிறோமோ, அந்தளவுக்கு நமது முகமும், சிரிப்பும், குரலும் குழந்தையின் மூளைக்குள்ளே நன்றாகப் பதிந்துவிடுகிறது. இதனால்தான், நம்மைப் பார்த்ததுமே குழந்தைகளும் ஆனந்தத்தில் துள்ளியபடி சிரித்துக் களிப்புறுகிறார்கள். அப்பாக்களைவிட, அம்மாக்களிடமே அதிக பாசப்பிணைப்போடு இருக்கிறர்கள். ஆக, இருவரும் அருகாமையில் இருப்பதினால் கிடைக்கிற பலன்களைப் புரிந்துகொண்ட பின்பாக இனி, அம்மாவும் பிள்ளையும் தனித்தனியே இருக்கவோ, தூங்கவோ விடமாட்டீர்கள்தானே!

பிரசவத்திற்குப் பின்பு அழகாகும் தாய்மார்கள்

எப்போதுமே பெண்களுக்கு உடல் எடையைப் பற்றிய பயம்தான்! திருமணத்திற்கு முன்பும் சரி, கர்ப்ப காலத்திலும் சரி, பிள்ளையைப் பெற்ற பின்பும் சரி, தாங்கள் குண்டாகி விடுவோமோ! என்கிற கவலையோடே இருக்கிறார்கள். கர்ப்ப காலத்தில், சராசரியாக 12 கிலோ எடை அதிகரிக்க வேண்டுமென்று மருத்துவர்கள் சொல்லி விடுகிறார்கள். அப்படி அதிகரித்தால்தான், குழந்தையின் வளர்ச்சி சரியாக இருக்குமென்றும் கூறிவிடுகிறார்கள். இப்போதெல்லாம், தாய்மார்கள் அப்படி கர்ப்பகாலத்தில் அதிகரிக்க வேண்டிய எடையைப்பற்றி கவலைப்படுகிறார்களோ,

இல்லையோ... பிரசவத்திற்குப் பின்பாக மீண்டும் பழையபடி, எப்படி எடையைக் குறைப்பது? என்பதைப் பற்றிய சோகத்தில்தான் இருக்கிறார்கள்.

கர்ப்பமான ஆரம்பகாலத்தில், குமட்டலும் வாந்தியும் இருப்பதாலும், அதனால் சரிவரச் சாப்பிட முடியாததாலும், முதல் மூன்று மாதங்களில் எடை குறைவதை கர்ப்பிணியால் உணரமுடியும். அதற்குப் பின்பாகத்தான், கர்ப்பிணிகளுக்கு நன்றாகப் பசித்துச் சாப்பிடுவதால் அவர்களின் எடையும் சீராக அதிகரித்து, ஆரோக்கியமான பிள்ளையைப் பெற்றெடுக்கிறார்கள். இப்படி, அதிகரிக்கிற 12 கிலோ எடையில் தோராயமாக, குழந்தை (3.3 கிலோ), நஞ்சுக்கொடி (600 கிராம்), தண்ணீர்க்குடத்தின் நீர்ச்சத்து (800 கிராம்), உடல் கொழுப்பு மற்றும் புரதம் (3.5 கிலோ), கர்ப்பப்பை (900 கிராம்), மார்பகம் (400 கிராம்), ரத்தத்தின் அளவு(1.3 கிலோ) மற்றும் பல்வேறு திசுக்களுக்கிடையேயான நீர்ச்சத்து (1.2 கிலோ) என்று, இவையெல்லாமே சரிபாதியாக பங்கு வகிக்கின்றன. 'என்ன, ஒரே நம்பரா இருக்கு? இதெல்லாம் தெரிஞ்சுக்கிட்டு நாங்க என்ன பண்ணப் போறோம்?' என்று நினைத்துவிட வேண்டாம், சற்றுப் பொறுங்கள்.

மொத்த எடையில், பிரசவம் ஆன உடனேயே தண்ணீர்க்குடம் உடைந்து, அதன்வழியே குழந்தையும் பிறந்து, அதன் தொடர்ச்சியாக நஞ்சுக்கொடி வெளியேறி, பிரசவித்த ரத்தமும் மெல்ல மெல்லக் கசிந்து, அப்போதே 12 கிலோ எடையில் தோராயமாக ஐந்திலிருந்து ஆறு கிலோ எடை வரையிலும் குறைந்துவிடுகிறார்கள். அதேசமயம், அம்மாவின் உடலிலே எஞ்சியிருக்கிற கொழுப்பு போன்றவற்றினாலான எடையையும் குறைக்க வேண்டுமல்லவா! ஆனால் அதற்காக உடற்பயிற்சிக் கூடத்திற்கெல்லாம் போகத் தேவையில்லை தாய்மார்களே... நம் பிள்ளைக்கு எப்போதும் தாய்ப்பால் ஊட்டினாலே போதும்; மீதமிருக்கிற எடையெல்லாம் வற்றிப் போய்விடும்.

தாயானவள், ஒரு நாளைக்குச் சராசரியாக 500 லிருந்து 900 மில்லி வரையிலான தாய்ப்பாலை தன்னுடைய குழந்தைக்காகச் சுரக்கிறாள். அதற்கு அவள் செலவிடும் சக்தியோ, ஒரு நாளைக்கு சராசரியாக 840 கலோரிகள். இப்படி தாய்ப்பாலூட்டுவதன் வழியே, ஏனைய சக்தியைச் செலவிடுவதன் மூலமாகத்தான், கர்ப்பகாலத்தில் அதிகரித்த எடையினைக் குறைத்து மீண்டும் பழையபடி

உடல்வாகைப் பெறமுடியும் என்பதை நாம் முதலில் மனதிலே பதிய வைத்துக்கொள்ள வேண்டும்.

மேலும், கர்ப்பகாலத்திலே மார்பகத்திலும், அடிவயிற்றிலும், முன்தொடையிலும், இடுப்பிலுமாக சேகரித்து வைத்திருக்கிற கொழுப்பை பிரசவித்த பின்பாக நீக்கவேண்டுமே! இப்படியாக, கொழுப்பைச் சேகரித்து வைத்தல் என்பதுகூட எதிர்கால வைப்புநிதியைப் போலத்தான் என்பது நம்மில் எத்தனைபேருக்குத் தெரியும்! பிரசவமான பின்னாளில் தாய்ப்பால் சுரப்பதற்கான சக்தியேதும் நம்மிடம் இல்லாதபோது, 'என்னோட கொழுப்பை கரைத்துத் தேவையான சக்தியை எடுத்துக்கோங்க...' என்றபடி, உடலானது கொழுப்புடன் போட்டுவைத்திருக்கின்ற கர்ப்பகால பாலிசிதான் இது. ஆனால் நாம் தாய்ப்பாலே கொடுக்காமல் இருக்கையில், இந்தக் கொழுப்புகளெல்லாம் கரைக்கப்படாமல் அப்படியே தேங்கி நின்று, உடலின் எடையைக் குறைக்க முடியாமல் போய்விடுகிறது என்பதைப் புரிந்துகொள்ள வேண்டும்.

கருத்தரித்த நாளிலிருந்து, பிரசவம் வரையிலான ஒன்பது மாதங்களும் சிறுகச்சிறுக உடல் எடை அதிகரிப்பதைப் போல, பிரசவமான பின்னர் அதிகரித்த ஒட்டுமொத்த எடையும் சீராகக் குறைந்து, கர்ப்பமாவதற்கு முன்னிருந்த பொலிவை அடைய குறைந்தபட்சம், அதே ஒன்பது மாதங்களாவது ஆகும்தானே! ஆனால் அதற்கும்கூட, தாய்ப்பாலூட்டுதல் ஒன்றுதான் பக்க பலமாக இருக்கிறது. ஆக, பிரசவத்திற்குப் பின்பான எடையைக் குறைத்தலும்கூட மெல்ல மெல்லத்தான் நடக்கும் என்பதைப் புரிந்து கொண்டாலே இனி, உடல் எடையைப் பற்றி யாரும் வீணாக அச்சப்படத் தேவையே இருக்காது அல்லவா!

மேலும், 'புள்ள பெத்தாச்சு. இனி சாப்பாட்ட கொறச்சாத்தான், ஒடம்பையும் கொறைக்க முடியும்' என்று, மனதில் தப்புக் கணக்கு போடுபவர்களும் உண்டு. குழந்தைக்குத் தாய்ப்பால் ஊட்டுவதால், அம்மாவிடம் எஞ்சியிருக்கிற எனர்ஜியெல்லாம் கரைந்து வெளியேறுகிறது. கூடவே, குழந்தைகள் வளரத் தேவையான ஊட்டச்சத்துகளும் தாய்ப்பாலின் வழியே தானே செல்கிறது! இதனால் எப்படிப் பார்த்தாலுமே, ஊட்டச்சத்து நிறைந்த ஆரோக்கியமான உணவை அம்மாக்கள் கட்டாயம் சாப்பிட்டேதான் ஆகவேண்டியிருக்கிறது. அதேசமயம், தாய்மார்களும் ஏதாவது சாக்குபோக்கு சொல்லிக்கொண்டு சாப்பிடாமல் இருந்து, உடலில்

திடீரென்று ஊட்டச்சத்துகள் குறைந்தாலும் தாய்ப்பால் சுரத்தல் தடைபடுவதற்கான வாய்ப்புகள் அதிகமிருக்கிறது என்பதையும் மனதிலே பதிய வைத்துக்கொள்ள வேண்டும்.

ஆக, தாய்ப்பாலூட்டும் தாய்மார்கள் ஒருநாளைக்கு, சராசரியாக 700 கலோரிகள் வரையிலும் உணவை எடுத்துக்கொள்ள வேண்டுமென்று தெரிந்துகொண்டால் மட்டும் போதாது. அதற்கேற்ப நாம் ஆரோக்கியமான உணவைத் தேடிப்பிடித்து நன்றாகச் சாப்பிடவும் வேண்டும். அதேசமயம், உணவில் மட்டும் கவனம் செலுத்தாமல், வீட்டளவிலே செய்யக்கூடிய சில எளிய உடற்பயிற்சிகளிலும் கவனம் செலுத்தினால், நமது பழைய உடல்வாகை கட்டாயம் மீண்டும் பெறமுடியும்.

அன்புத் தாய்மார்களே! பிரசவித்த உடனேயே இப்படி உணவைப் பற்றியும், எடையைக் குறைப்பது பற்றியும் கவலைப்பட என்ன இருக்கிறது, சொல்லுங்கள் பார்ப்போம்! நிஜத்தில், பிரசவித்த பின்னர்தான் பெண்களும் மிக அழகான உருவத்தைப் பெறுகிறார்கள். அதற்கு இன்னும் கூடுதலான அழகைப் பெற்றுத்தருவது என்னவோ, நாமெல்லாம் குறைந்தபட்சம் இரண்டு வருடங்களாவது குழந்தைக்குத் தாய்ப்பால் புகட்டுவதில்தானே இருக்கிறது!

மீண்டும் வலுப்பெறும் கர்ப்பப்பை

இடுப்பெலும்புக் கூட்டிற்குள் பத்திரமாக பதுக்கி வைக்கப்பட்டிருக்கிற பெண்ணின் கர்ப்பப்பையினுடைய அளவானது, வெறுமனே 30 கிராமிலிருந்து 50 கிராம் வரை மட்டுமே இருக்கும். இத்தகைய கர்ப்பப்பையில்தான், சராசரியாக மூன்று கிலோ எடையுடன் பிறக்கக்கூடிய குழந்தையும் வளரப்போகிறது என்பதை நம்மால் கற்பனைசெய்து பார்க்க முடிகிறதா?

பிரசவ நேரத்தை நெருங்குகின்ற பெண்ணின் உடலில் 7 செ.மீ நீளமுள்ள கர்ப்பப்பையானது ஐந்து மடங்கு அதிகரித்து 35 செ.மீ ஆகவும், 5 செ.மீ அகலமுள்ள கர்ப்பப்பை ஐந்து மடங்கு அதிகரித்து 25 செ.மீ ஆகவும், 3 செ.மீ ஆழமுள்ள கர்ப்பப்பை ஏழு மடங்கு அதிகரித்து 20 செ.மீ ஆகவும், வெறுமனே 5 மில்லி கொள்ளளவு கொண்ட கர்ப்பப்பை ஆயிரம் (1000) மடங்கு அதிகரித்து 5 லிட்டர் கொள்ளளவையும் எட்டுகிறது. தாய்மார்களே! கேட்டவுடன் தலையே சுற்றுகிறதா? பெண்களின் கர்ப்பப்பையை

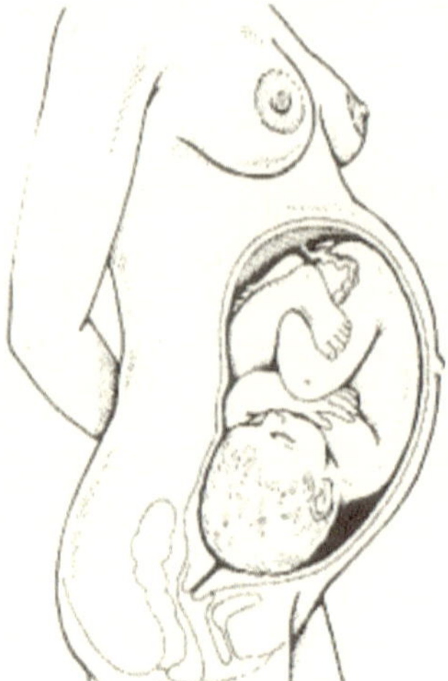

நிறைமாத
கர்ப்பிணியின் கர்ப்பப்பை

இந்தக் கர்ப்பகாலம் பலூனைப்போல் ஆக்கி எப்படியெல்லாம் குழந்தையின் வளர்ச்சிக்கேற்ப வளைந்து அவர்களைப் பாடாய்ப் படுத்தியெடுக்கிறது என்பதைப் பாருங்கள்...

அளவுகள்	சாதாரணமாக பெண்ணின் கர்ப்பப்பை அளவுகள்	கர்ப்பமாகிய பெண்ணின் பிரசவிக்கப் போகிற கர்ப்பப்பையின் அளவுகள்
நீளம்	7 செ.மீ	35 செ.மீ
அகலம்	5 செ.மீ	25 செ.மீ
ஆழம்	3 செ.மீ	20 செ.மீ
கொள்ளளவு	5-10 மி.லி	5000-10000 மி.லி
எடை	60 கிராம்	900-1000 கிராம்

இப்படி, பத்து மாதங்களும் மாற்றங்களைச் சந்தித்து வருகிற கர்ப்பப்பை மீண்டும் பழைய நிலைக்கே திரும்பவேண்டாமா? குழந்தை பிறந்தவுடனே தொப்புள் வரைக்கும் கீழிறங்கி விடுகிற கர்ப்பப்பையின் உயரமானது 24 மணி நேரத்திற்குள்ளாகவே இடுப்புக் கூட்டின் வாசல் பகுதிக்கே வந்துவிடுகிறது. ஆனால்

பிரசவித்த இரண்டாவது வாரத்தில்தான் கர்ப்பப்பை பழையபடி இருந்த நிலையான இடத்திற்கே வந்து நிரந்தரமாகக் குடிகொள்கிறது.

இப்படியாக, மீண்டும் பழைய நிலைக்கே செல்வதற்கு கர்ப்பப்பை நன்றாக கிரிக்கெட் பந்தைப் போல இறுகிச் சுருங்க வேண்டும். அப்படிச் சுருங்கினால்தானே சிறியதாக பொந்தைப்போல் இருக்கிற இடுப்புக்குள் அதை, பழையபடி பொருத்தவே முடியும்.

அதேசமயம், கர்ப்பப்பை தசைகளின்வழியே குறுக்காக சிசுவிற்கு இரத்தத்தை இரத்தக்குழாய்கள் எடுத்துச் செல்கின்றன அல்லவா! பிரசவித்த பின்பாக, அதே தசைகளை ஆக்ஸிடோசின் மூலமாக சுருங்கச்செய்வதன் வழியே அதன் இரத்த ஓட்டத்தையும் நிறுத்தி, இரத்தம் உடலிலிருந்து அதிகம் வெளியேறவிடாமலும் தடுக்கமுடிகிறது. இப்படியான கர்ப்பப்பையின் உள்சீரமைப்பு வேலைகளெல்லாம் நாம் பிரசவித்த ஏழாவது நாளில் துவங்கி ஆறாவது வாரத்திலேயே முடிந்துவிடுகிறது, தாய்மார்களே!

இப்படி, கர்ப்பப்பை சுருங்குவதையும் அதனால் ரத்தக்குழாய்கள் சுருங்கப்படுவதையும் துரிதப்படுத்துவதற்காகத்தான் அனைத்து பிரசவத்திற்குப் பிறகும் ஆக்ஸிடோஸின் ஊசியை இடுப்பிலே போடுகிறார்கள். ஆனால் இந்த ஆக்ஸிடோஸின் ஹார்மோன்களை, இயற்கையாகவே தங்களது உடம்பில் சுரக்கச் செய்து கர்ப்பப்பையை சுருங்கச்செய்வதற்கு, பிரசவித்த தாய்மார்கள் தங்களுக்குத் தாங்களே நிச்சயமாக உதவிக்கொள்ள முடியும்.

உடம்பில் இயற்கையாகவே ஆக்ஸிடோஸின் ஹார்மோன்களை சுரக்கச் செய்வதற்கு, பிரசவித்தவுடனே குழந்தையை மார்பில் போட்டு காம்பினைச் சுவைக்கச் செய்ய வேண்டும். இதனால் காம்புகளைச் சுற்றிய உணர்ச்சி நரம்புகள் தூண்டப்பட்டு அது, தண்டுவடம் வழியாக மூளைக்குச் சென்று இறுதியில், பிட்யூட்டரி சுரப்பிக்குள் நுழைகிறது. அங்கிருந்து சுரந்து வெளியேறுகிற ஆக்ஸிடோஸின் ஹார்மோன்கள் இரத்தத்தில் கலந்து கர்ப்பப்பைக்கு வந்தடைவதால் அது, கர்ப்பப்பை தசைகளை சுருங்கச்செய்து பிரசவ இரத்தப்போக்கை கட்டுப்படுத்துகிறது. ஆனால் சிசேரியன் பிரசவத்தில், இப்படியான தூண்டுதல்கள் உடனே சாத்தியமில்லாமல் போவதால் மருத்துவர்கள் குளுக்கோஸ் வழியாக ஆக்ஸிடோஸின் ஹார்மோன்களை அனுப்பி கர்ப்பப்பையை சுருங்கச் செய்கிறார்கள்.

இறுதியாக, கர்ப்பப்பை பழையபடி சாதாரண நிலைக்குத் திரும்பியதுடன் மறுபடி மாதவிடாய் ஏற்படுத்துவதற்காகவும்,

தாம்பத்தியத்தில் ஈடுபட்டால் மற்றுமொரு குழந்தையைப் பெற்றுக்கொள்வதற்கான கருத்தரித்தலுக்கும் சிறிதுகாலத்திலேயே தயாராகி விடுகிறது.

பிரசவத்திற்குப் பின்பான இரத்தப்போக்கு மற்றும் இரத்தசோகையிலிருந்து பாதுகாப்பு

ஒரு பெண் வயதிற்கு வந்ததிலிருந்து மாதவிலக்கு ஆகும் வரை, மாதாமாதம் அவள் மாதவிடாயைச் சந்திக்கிறாள். மாதவிடாயின்போது அவள், ஒவ்வொரு மாதமும் 30 லிருந்து 50 மி.லிட்டர் வரையிலான இரத்தத்தையும் கூடவே இழக்கிறாள்.

அதேசமயத்தில், கர்ப்பம் தரித்த நாளிலிருந்தே மாதவிடாய் சுழற்சியிலிருந்து அவளுக்கு தற்காலிகமாக விலக்கு கிடைத்து விடுகிறது அல்லவா! அப்படி, ஒவ்வொருமாதமும் 30லிருந்து 50 மில்லி ரத்தமாகச் சேர்த்துவைத்து, கர்ப்பகாலத்தின் பத்து மாதங்களில் மொத்தமாக 300 லிருந்து 500 மி.லிட்டர் இரத்தத்தை தனக்குள்ளாக ஒதுக்கிவைத்துக் கொள்கிறாள். ஆக, கர்ப்பிணிகள் பிரசவிக்கையில் சராசரியாக 300லிருந்து 500 மில்லி அளவு இரத்தம் வரை இழப்பதென்பது இயல்பான ஒன்றுதான். அது, நமது உடலில் ஏற்கெனவே வெளியேற்றவேண்டி பாதுகாக்கப்பட்ட ரத்தத்தின் இழப்பீடுதானே தவிர, அதற்காக நாம் பயப்பட வேண்டிய அவசியமில்லை. ஆனால் பிரசவத்தின்போது 500 மில்லிக்கு மேலாக இரத்த இழப்பு ஏற்படும்போதுதான் தாய்மார்கள் ஆபத்தான கட்டத்திற்குள் நுழையவே செய்கிறார்கள்.

இத்தகைய இரத்த இழப்பீடு ஏற்படுவதற்குப் பல்வேறு காரணங்கள் இருந்தாலும் 80 சதவீத காரணம், கர்ப்பப்பை பலவீனமாக இருப்பதால்தான் ஏற்படுகிறது என்றே ஆய்வுகள் தெரிவிக்கின்றன. சர்வதேச அளவில், தாய்மார்களின் ஒட்டுமொத்த இறப்பு விகிதத்தில் 35 சதவீதம் பிரசவத்திற்குப் பின்பாக ஏற்படுகிற அபரிமிதமான இரத்தப்போக்குதான் காரணமாக இருக்கிறது. இதைக் காரணமாக வைத்துத்தான், பிரசவிக்கிற அனைத்துக் கர்ப்பிணிகளுக்கும் ஆக்ஸிடோஸின் ஊசி கூடுதலாகப் போடப்படுகிறது என்பதை நாம் புரிந்துகொள்ள முடியும். இதனால் பிரசவத்தின்போது ஏற்படுகிற பெரும்பாலான இறப்புகள் தடுக்கப்படுகின்றன.

இந்த ஆக்ஸிடோஸின் ஹர்மோன்களால் கர்ப்பப்பை விரைவாகச் சுருங்கிவிடுகிறது. இதனால் நஞ்சுப்பையும்

சீக்கிரமாகவே வேர்விட்ட கர்ப்பப்பையிலிருந்து தனித்துப் பிரிந்து வெளியேறியும் விடுகிறது. அப்படி நஞ்சுப்பை பிரிந்த இடத்திலிருந்து துளித்துளியாக உடைந்து கசியும் இரத்தக்குழாய்கள், கர்ப்பப்பையினுடைய சுருக்கு தசைகளின் உதவியால் விரைவாக சீல் செய்யப்பட்டு, கூடுதலான இரத்த இழப்பைக் குறைத்து விடுகிறது. இதனால் பிரசவத்திற்குப் பின்பு ஏற்படக்கூடிய ரத்தச்சோகை நோயினையும் எளிதாக தடுத்துவிட முடிகிறது. இத்தகைய ஹார்மோன்களை நாம் தாய்ப்பால் புகட்டுவதின் மூலமாகவே இயல்பாக உடலில் சுரக்கச் செய்ய முடியுமென்பதும் நமக்கெல்லாம் மகிழ்ச்சியான விசயம்தானே!

சாத்தியமாகும் இயற்கைவழி கருத்தடை

பெண்கள் பிரசவித்தவுடன், அடுத்த பிரசவத்திற்குக் குறிப்பிட்ட கால இடைவெளியைக் கொடுக்கவேண்டும். அத்தகைய இடைவெளிக் காலம்தான். கர்ப்பப்பையிலே மீண்டும் ஜனிக்கப்போகிற சிசுவை கலைந்துவிடாமல் பாதுகாத்துத் தாங்கி வளர்ப்பதற்கு உதவியாக இருக்கும். பொதுவாக, ஒரு பிரசவத்திலிருந்து அடுத்த பிரசவத்திற்கான இடைவெளியானது சுகப்பிரசவம் ஆகிறவர்களுக்கு இரண்டு வருடங்களும், சிசேரியன் செய்து கொண்டவர்களுக்கு மூன்று வருடங்களும் எனக் குறைந்தபட்சம் தேவைப்படுகிறது.

பெண்களுக்கு மாதவிடாய் ஏற்படுவதற்கு முக்கியக் காரணமாக இருப்பதென்னவோ, சினைப்பையில் சுரக்கக்கூடிய ஈஸ்ட்ரோஜென் மற்றும் புரோஜெஸ்ட்டிரோன் ஹார்மோன்கள்தான். தாய்ப்பாலூட்டும் காலங்களில், இத்தகைய ஹார்மோன்களின் சுரப்பைத் தடுப்பதன்மூலம் உடலிலே மாதவிடாய் ஏற்படாமல் செய்வதன்வழியே இயற்கையாகவே கருத்தரித்தலை தாமதப்படுத்த முடியும்.

ஆம், இயற்கையான கருத்தடைகூட தாய்ப்பால் கொடுப்பதன் மூலமாகவே சாத்தியமாகிறது. நாம் பிரசவித்தவுடனே தாய்ப்பாலைக் கொடுக்கையில், அதன் தூண்டுதலால் மூளையானது புரோலாக்டின் ஹார்மோன்களைச் சுரக்கும் என்பது நமக்கு ஏற்கெனவே தெரிந்த விசயம்தான். பொதுவாக, இந்த புரோலாக்டின் ஹார்மோன்கள் மூளையிலிருந்து மாதவிடாயை கண்காணிக்கக்கூடிய *FSH (Follicle Stimulating Hormone)* மற்றும் *LH (Luteinizing Hormone)* ஹார்மோன்களின் சுரப்பை கட்டுப்படுத்துகிறது. மூளையின் ஹார்மோன்களைத் தடுப்பதால் இவை இரத்தத்திற்குள் நுழைந்து சினைப்பைக்குள்

சென்று, கர்ப்பப்பையில் மாதவிடாயை ஏற்படுத்தவல்ல ஈஸ்ட்ரோஜென் மற்றும் புரோஜஸ்ட்டிரோன் ஹார்மோன்கள் சுரப்பதையும் தடுத்துவிடுகிறது.

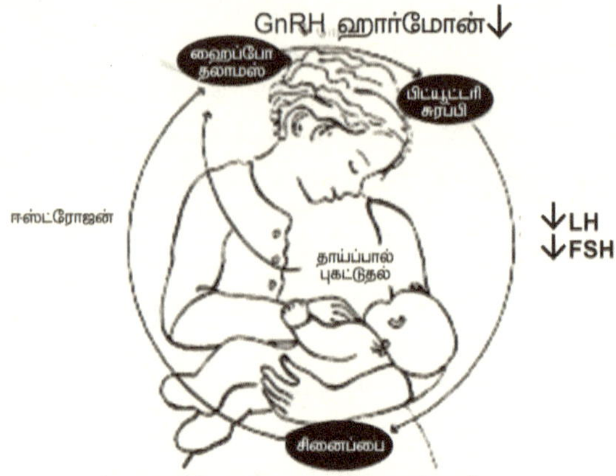

தாய்ப்பால் ஹார்மோன்கள்
சினைப்பையை கட்டுப்படுத்துதல்

இப்படித்தான் நாம் தாய்ப்பாலூட்டும் காலம் வரையிலும் கருத்தடையென்பது தாய்மார்களுக்குச் சாத்தியமாகிறது. ஆனாலும் தாய்ப்பால் கொடுக்கும்போது தாம்பத்திய வாழ்வில் ஈடுபட்டால் நான் கருத்தரிக்க மாட்டடேன்தானே! என்கிற முடிவிற்கும் நாம் வந்துவிட முடியாது. ஆம், அதற்கும் சில அளவுகோல்கள் இருக்கின்றன. ஏனென்றால், இயல்பாகவே தாய்ப்பாலூட்டுகிற காலத்தில் கருவுருதலுக்கான வாய்ப்புகள் பிரசவித்த முதல் மூன்று மாதங்களில் பூஜ்ஜிய சதவீதமாகவும், மூன்று முதல் ஆறு மாதம் வரையிலும் இரண்டு சதவிகிதமாகவும், ஆறு மாதத்திற்குப் பிறகு ஆறு சதவீதமாகவும் இருப்பதாக ஆய்வுகள் கூறுவதால்தான் இத்தகைய குழப்பமெல்லாமே.

அதாவது, தாம்பத்தியத்தில் ஈடுபடுகிற தாய்மார்கள் பிரசவமான முதல் ஆறு மாத காலத்திற்குள்ளாக இருக்கவேண்டும். ஆறு மாதத்திற்குப் பின்பாக, இத்தகைய இயற்கையான கருத்தடை முறை வேலைசெய்யும் என்று உறுதியாகச் சொல்லமுடியாது. மேலும் பிரசவித்த முதல் ஆறு மாதங்களும் மருத்துவர்கள் அறிவுறுத்தியபடி, தாய்ப்பால் மட்டுமே முழுக்கமுழுக்க குழந்தைக்குப்

புகட்டியவர்களாகவும் இருக்கவேண்டும். ஏனென்றால், அப்படி புகட்டியிருந்தால் மட்டுமே மாதவிடாய் வரச் செய்வதற்கான ஹார்மோன்களை அது தடுத்து நிறுத்தவே முடியும்! அடுத்ததாக, அவர்கள் இதுவரை மாதவிடாய் வராதவர்களாகவும் இருக்க வேண்டும். இத்தகைய விதிக்குள்ளாக வராதவர்கள், தாம்பத்தியத்தில் ஈடுபடும்போது செயற்கையான கருத்தடைகளை உபயோகிப்பதுதான் நல்லது என்று அறிவுறுத்துகிறார்கள்.

பொதுவாக, நாம் புரிந்துவைத்திருப்பதெல்லாம் வயதிற்கு வந்த பின்பு மாதாமாதம் மாதவிடாய் வரும். பின்னர் இரத்தம் வெளியேறிய நாளிலிருந்து குறிப்பிட்டதொரு நாளில் கருமுட்டை வெளியேறும். அந்தக் கருமுட்டை வெளியேறும் நாளில், சரியாக தாம்பத்தியம் வைத்துக்கொண்டால் கரு ஜனித்து சிசுவாக வளரும் என்பதுதான். ஆனால் தாய்ப்பாலூட்டும் விசயத்தைப் பொறுத்த வரையில், நாம் இன்னும் பல விசயங்களை அறிந்துகொள்ள வேண்டியிருக்கிறதே!

தாய்ப்பாலூட்டும் தாய்மார்களுக்கு, பிரசவித்த முதல் ஆறு மாதத்திற்குள்ளாக மாதவிடாய் வருவதில்லை. அப்படியே பிரசவமாகிய ஆறு மாதங்களுக்குள்ளாக மாதவிடாய் ஏற்பட்டாலும்கூட அது, பெரும்பாலும் கருமுட்டை வெளிவராத மாதவிடாயாகத்தான் இருக்கிறது. மாதவிடாய் வந்தாலும், கருமுட்டை வெளிவந்தால்தானே தாம்பத்தியம் மூலமாக கருத்தரிக்கவே முடியும்!

அதேசமயத்தில், பாலூட்டும் தாய்மார்களில் 5 சதவிகிதம் பேருக்கு மாதவிடாய் வருவதற்கு முன்பாகவே கருத்தரிப்பதற்கான வாய்ப்புகள் இருக்கிறதாகவும் சில ஆய்வுகள் சொல்கின்றன. அடடா, இதென்ன இன்னொரு குழப்பம்... என்று நினைக்கத் தோன்றுகிறது அல்லவா! மாதவிடாய் வருவதற்கு முன்பாகவே ஒருசிலருக்கு கருமுட்டை வெளியேறுவதே இதற்குக் காரணம்.

ஆக, தாய்ப்பால் ஊட்டினாலும் இயற்கையாகவே கருத்தடை ஏற்படுவதிலும் சந்தேகம் கொள்ள வாய்ப்பு ஏற்பட்டுவிடுகிறது அல்லவா! உண்மையிலேயே, நாம் கருத்தடை ஏற்படுவதற்கான சாதகத்தை தாய்ப்பால் கொடுப்பதன் மூலமாக அதிகரிக்கத்தான் முடியுமே தவிர முற்றிலுமாக தடுக்க இயலாது. ஏனென்றால், பிரசவித்தவுடனே துவங்கி ஆறு மாதம் வரையிலும் தாய்ப்பால் மட்டுமே புகட்டிக்கொண்டிருக்கிற தாய்மார்களுக்கு மட்டும்தான் 98 சதவீதம் இந்த இயற்கையான கருத்தடை என்பதே வேலை செய்கிறது.

இயற்கையான கருத்தடைக்கான வாய்ப்புகளை அதிகரிக்கச் செய்வதற்கு, பிரசவித்த முப்பது நிமிடத்திற்குள்ளாகவே நாம் தாய்ப்பால் கொடுத்தாக வேண்டும். சிசேரியன் செய்தவர்களாக இருந்தால், குறைந்தபட்சம் இரண்டு மணி நேரத்திற்குள்ளாகவாவது தாய்ப்பால் ஊட்டியிருக்க வேண்டும். இரண்டு முதல் மூன்று மணி நேரத்திற்கு ஒருமுறை தாய்ப்பாலை புகட்ட வேண்டும். தாய்ப்பால் கொடுக்கின்ற நேரமும் குறைந்தது தொடர்ந்து இருபது நிமிடங்களாவது இருக்கவேண்டும். மேலும் அம்மாவிடமிருந்து குழந்தையைப் பிரிக்கவே கூடாது. அம்மாவும் குழந்தையின் அருகாமையிலேயே உறங்கவேண்டும். அம்மாவிடமிருந்து குழந்தையைப் பிரித்தால்கூட புரோலாக்டின் சுரப்பது தடைபட்டு, கருத்தடையும் சரியாக வேலை செய்யாமல் போய்விடும்.

திடீரென்று, தாய்ப்பால் கொடுப்பதை நிறுத்திவிட்டாலோ ஏதேனும் புட்டிப்பால் கொடுத்தாலோ தாய்ப்பால் சுரப்பது தடைபட்டு, அதனாலே இயற்கைவழி கருத்தடைக்கும் வாய்ப்பில்லாமல் போக வாய்ப்பிருக்கிறது. மேலும், கருமுட்டை உருவாவதற்கான ஹார்மோன்களும் இரவில்தான் அதிகமாகச் சுரக்கிறது. ஆகவே, நாம் இரவிலே குழந்தைகளுக்கு தாய்ப்பால் புகட்டி பராமரிக்கும்போது, புரோலாக்டின் ஹார்மோன்களும் அதிகமாகச் சுரந்து கருத்தடையை உறுதிப்படுத்துகிறது.

அதேசமயம், தாய்ப்பாலூட்டாத தாய்மார்களுக்கு 40% பேருக்கு ஆறாவது வாரத்திலும், 80% பேருக்கு பன்னிரெண்டாவது வாரத்திலும் மாதவிடாய் வந்துவிடுவதால், அவர்களது தாய்ப்பாலூட்டும் காலத்திலேயே மீண்டும் கர்ப்பமாவதற்கான வாய்ப்புகள் அதிகரித்து விடுகின்றன. எனவேதான் தாய்மார்களே! நாம் பிரசவித்த பின்பான தாம்பத்தியத்தில், கருத்தரிக்காமல் இருப்பதற்கு இயற்கையாகவே நம்மிடம் ஒரு வழி இருக்கும்போது நாம், ஏன் தேவையில்லாமல் அச்சப்பட வேண்டும்?

தாய்ப்பால் ஊட்டும்போது எதிர்பாராதவிதமாக கருத்தரித்து விட்டால் என்ன செய்வது... தாய்ப்பால் தொடர்ந்து கொடுப்பதால் வளர்கிற கருவிற்கு ஏதேனும் பாதிப்பு ஏற்படுமா? போன்ற சந்தேகங்கள் நமக்கு வரலாம். ஆனால் தாய்ப்பாலூட்டுவதன் மூலமாக கருமுட்டை வெளிவருவதையும் அது, கர்ப்பப்பையில் பதிவதையும்தான் தடுக்கமுடியுமே தவிர, ஜனித்த கருவானது கருப்பையில் பதிந்து வளரத் துவங்கிவிட்டால் நாம் தொடர்ந்து

தாய்ப்பால் கொடுக்கையில், சிசுவினுடைய வளர்ச்சியில் எவ்வித பாதிப்பும் ஏற்படுவதில்லை. மேலும், தாய்ப்பால் புகட்டுவதால், பெண்கள் கர்ப்பமானதை சிறுநீரில் பரிசோதனை செய்யும் முடிவிலும்கூட எந்தப் பாதிப்பும் ஏற்படுவதில்லை. ஆகவே, சிறுநீர் பரிசோதனையின்வழியே பெண்கள், தாங்கள் கருவுற்றிருப்பதையுமே உறுதி செய்துகொள்ள முடியும்.

இறுதியாக, தாய்ப்பால் ஊட்டுவதன்வழியே இயற்கைவழிக் கருத்தடை என்பது உண்மையிலேயே, கணிக்கமுடியாத ஒன்றாகத்தான் இருக்கிறது. இந்த முறையினால், கருத்தரித்தலை தள்ளிப்போட முடியுமே தவிர முற்றிலுமாக தவிர்க்கமுடியாது. இத்தகைய கருத்தடை முறையின் வெற்றியென்பது, முழுக்க முழுக்க நாம் தாய்ப்பால் கொடுப்பதிலேதான் இருக்கிறது என்பதுதான் முடிவாக நாம் அறிந்துகொள்ள வேண்டிய விசயம்.

பிரசவத்திற்குப் பின்பாக காய்ச்சலிலிருந்து பாதுகாப்பு

பிரசவத்திற்குப் பின்பாக ஏற்படக்கூடிய தாய்ப்பால் சுரப்பது தொடர்பான பிரச்சினைகளிலிருந்து ஆரம்பித்து இரத்தப்போக்கு, இரத்தசோகை, இரத்த அழுத்தம், மன அழுத்தம் பற்றிய நோய்களைப் பற்றி இன்றைய தாய்மார்களிடையே ஓரளவு விழிப்புணர்வு ஏற்பட்டுள்ளது. ஆனாலும் குழந்தை பிறந்தவுடனே வரக்கூடிய காய்ச்சலைப் பற்றித்தான் நாம் இன்னும் அலட்சியமாகவே நடந்துகொள்கிறோம். பிறப்புறுப்பில் ஏற்படுகின்ற கிருமித்தொற்றுகளின் மூலமாக, பிரசவமான தாய்மார்களின் இறப்பு 15 சதவிகிதமாக இருக்கிறது என்பது நமக்கெல்லாம் ஓர் அதிர்ச்சியூட்டும் தகவல் அல்லவா!

சிலநேரங்களில், கிருமித்தொற்றைத் தவிர வேறுசில காரணங்களாலும் அம்மாக்களுக்கு காய்ச்சல் ஏற்பட வாய்ப்பிருக்கிறது. பொதுவாக, தாய்மார்கள் சரியான முறையில் தாய்ப்பாலை கொடுக்காதபோதும், தாய்ப்பாலைத் தவிர்த்து செயற்கை பாலை நாடும்போதும், மார்பிலே தாய்ப்பால் கட்டிக்கொண்டு வீக்கம் ஏற்பட்டு அதனாலும் காய்ச்சல் ஏற்படுகிறது. ஆனாலும் இதனை மிக எளிதாகவே குணப்படுத்திவிட முடியும். தொடர்ந்து, குழந்தைக்கு தாய்ப்பாலூட்டிக் கொண்டிருக்கும்போது, இப்படியான காய்ச்சல் ஏற்படுவதைத் தவிர்த்து அதனால் குழந்தைகள் பாதிக்கப்படுவதையுமே தடுத்துவிட முடியும்.

சரி, இப்போது தாய்ப்பால் புகட்டுவதால் குழந்தையோடு சேர்த்து அம்மாவிற்கும் பயனுள்ளதுதான் என்கிற முடிவுக்கு இப்போதாவது வந்துவிட்டீர்களா! சரி, வாருங்கள். இன்னும்கூட சில விசயங்களைப் பார்ப்போமே...

மார்பகம் மற்றும் சினைப்பை புற்றுநோயிலிருந்து பாதுகாப்பு

இன்றைய சூழலில் நமக்கு, பெரும் ஆபத்தாகவும் அச்சமூட்டுகிற விசயமாகவும் இருப்பது, புற்றுநோய்தான். உலகிலேயே, மக்கள் இறப்பில் புற்றுநோய்தான் முன்வரிசையில் இருக்கிறது. ஒட்டுமொத்தமாக 9.6 மில்லியன் மக்கள் இறப்பிற்கு இதுவே காரணமாக இருக்கிறது. அதில் 2.09 மில்லியன் இறப்புகள் மட்டும் மார்பகப் புற்றுநோயினால் ஏற்பட்டதுதான் என்பது பெரும் அதிர்ச்சியான விசயம்தான். ஆனாலும் நாம் அச்சப்படாமல் இவ்வாழ்வை வாழ்வதற்கான ஒருவழியும் நம்மிடம் இருக்கவே செய்கிறது.

பெரும் அச்சுறுத்தலாக இருக்கிற மார்பகம் மற்றும் சினைப்பை புற்றுநோய் செல்களுக்கு, அதீத ஊட்டச்சத்தை ஊட்டி வளர்க்கிற ஹார்மோன்கள் பெண்களின் உடம்பிலேதான் சுரக்கிறது. அதுதான் ஈஸ்ட்ரோஜன் ஹார்மோன். பெண்களுக்கு ஏற்படுகின்ற 80 சதவிகித புற்றுநோய்ச் செல்களை ஈஸ்ட்ரோஜென்தான் தாயாயிருந்து வளர்த்தெடுக்கிறது. ஈஸ்ட்ரோஜென் ஹார்மோன்களே காரணமென்றால், அது எல்லோருக்குமே இயல்பாய் சுரக்கின்ற ஒன்றுதானே! அப்படியானால், பெண்கள் எல்லோருக்குமே புற்றுநோய் வருமென்று சொல்கிறீர்களா? என்றெல்லாம் பயப்பட வேண்டியதில்லை. இதைப்பற்றி இன்னும் கொஞ்சம் விளக்கமாகப் பார்ப்போம்.

5-10% புற்றுநோய்கள் மரபுவழியாகவும், 90-95% புற்றுநோய்கள் மாசுபட்ட சுற்றுச்சூழல் காரணங்களாலும் ஏற்படுகிறது. புற்றுநோயை ஏற்படுத்தக்கூடிய காரணிகளான உடல் பருமன், துரித உணவுகள், உடற்பயிற்சியின்மை, வைரஸ் கிருமிகள், கதிரியக்கம் மற்றும் வேதியியல் தொழிற்சாலைகளிலிருந்து வெளிப்படுகிற நச்சுப்பொருட்கள் ஆகியவற்றை எதிர்கொள்ளும் தாய்மார்களுக்குத்தான், புற்றுநோய் வருவதற்கு அதிகமாக வாய்ப்பிருக்கிறது. இப்படிப்பட்ட சூழலைப் பயன்படுத்திக்கொண்டு வளருகின்ற புற்றுநோய் செல்களைத்தான் ஈஸ்ட்ரோஜென் ஹார்மோன்கள் மென்மேலும் வளர்த்தெடுக்கிறது.

ஆக, இப்போது நமக்கு ஒன்று தெளிவாகிவிட்டது. பெண்கள் எவ்வளவுதூரம் ஈஸ்ட்ரோஜெனை விட்டு விலகியிருக்கிறார்களோ அந்தளவுக்கு புற்றுநோய் வரும் வாய்ப்புகளிலிருந்தும் தள்ளியே இருப்பார்கள், அப்படித்தானே! சரி, ஈஸ்ட்ரோஜென் ஹார்மோன் எப்போது சுரக்கும்? பெண்கள் மாதாமாதம் மாதவிடாய்க்கு உள்ளாகிறபோதெல்லாம் ஈஸ்ட்ரோஜன் ஹார்மோனும் உடலிலே சுரக்கிறது. அப்படிச் சுரக்கிறபோதெல்லாம் ஒருவேளை, புற்று செல்கள் உடலில் இருந்தால் அதனையும் சேர்த்தே வளர்க்கிறது.

பொதுவாக, பெண்கள் பதினைந்து வயதில் வயதிற்கு வந்து, நாற்பந்தைந்து வயதில் மாதவிலக்குக்கு உள்ளாகிறார்கள் என்றே வைத்துக்கொள்வோம். அப்படியானால் அவர், தம் வாழ்நாளில் கிட்டத்தட்ட முப்பது வருடங்கள் அதாவது, 360 மாதங்களும் மாதவிடாய் சுழற்சிக்கு உள்ளாகியிருப்பார் அல்லவா! என்ன, நம் கணக்கு சரிதானே...

அதேசமயம், குறைந்த வயதிலேயே வயதிற்கு வருபவர்களுக்கும், காலந்தள்ளி மாதவிலக்கு ஆகிறவர்களுக்கும், இந்த மாதவிடாய் காலங்கள் என்பது இன்னும் அதிகமாகத்தானே இருக்கும்... அப்படி, அதிக மாதவிடாய் சுழற்சிக்கு உள்ளாகிறவர்கள், அதிகப்படியான ஹார்மோன்களின் ஆளுகைக்கும் ஆட்பட வேண்டியிருக்கும்தானே... ஆகையால்தான் இவர்கள், ஈஸ்ட்ரோஜனுடன் சேர்ந்தே இன்னும் அதிக காலம் வாழவேண்டிய நிர்பந்தம் ஏற்பட்டுவிடுகிறது. இத்தகைய காரணத்தினால்தான் மேலே சொன்னவர்களுக்கு புற்றுநோய் வருவதற்கான வாய்ப்புகளும் அதிகமாகிறது.

ஒரு பெண், பிரசவித்திருக்கிறார் என்று வைத்துக்கொண்டால் அவரது கர்ப்பகாலத்தோடு சேர்த்து தாய்ப்பாலூட்டும் காலங்களிலும் புரோலாக்டின் ஹார்மோன்களால் மாதவிடாய் ஏற்படுவது தடுக்கப்பட்டுவிடும் என்பதை நாம் ஏற்கெனவே பார்த்தோம் அல்லவா! இப்படியாக, ஒரு பிரசவத்திலோ அல்லது அடுத்தடுத்த பிரசவத்திலோ சேர்ந்து ஒட்டுமொத்தமாக பன்னிரெண்டு மாதங்களுக்கு மேலாக ஒரு பெண், தன் வாழ்நாளில் தாய்ப்பாலூட்டி யிருந்தால், ஒரு பெண்ணிற்கு மார்பகப் புற்றுநோய் வருவதற்கான வாய்ப்புகள் 90% குறைந்துவிடுவதாகவும், சினைப்பை புற்றுநோய் வருவதற்கான வாய்ப்புகள் 91% குறைந்துவிடுவதாகவும் ஆய்வுகள் தெரிவிக்கின்றன. அதேபோல, ஏற்கெனவே புற்றுநோய் இருக்கிற

தாய்மார்களுக்கு அது முற்றிப்போகாதவண்ணம் இருக்கவும் இது உதவி செய்கிறது.

தாய்ப்பால் புகட்டுவதால் உடலில் சுரக்கிற ஈஸ்ட்ரோஜன் தாக்கத்தைக் குறைத்து அதன்வழியே புற்றுநோய் செல்களை வளரவிடாமல் செய்துவிடுகிறது. அதாவது, சுற்றுச்சூழலினால் உருவாகிற புற்றுநோய் காரணிகளெல்லாம், இந்த கொழுப்பு செல்களில் போய்த்தானே படிகின்றன. ஆக, நாம் தாய்ப்பாலூட்டும்போது இத்தகைய கொழுப்பு செல்களும் கரைக்கப்பட்டு விடுவதால் புற்றுநோயிலிருந்து கூடுதல் பாதுகாப்பும் உறுதியாகிறது.

தாய்ப்பாலூட்டுவதால் ஏற்கெனவே பாதிப்பிற்குள்ளான மற்றும் புற்றுநோயை உருவாக்கவல்ல செல்களும், அம்மாவின் உடம்பை விட்டு இதனால் வெளியேறுகின்றன. மேலும் மார்பகத்தில் இருக்கிற சாதாரண செல்கள்கூட புற்றுநோய்க்கு எதிரான தகவமைப்பைப் பெற்றுக்கொள்கின்றன என்றால், தாய்ப்பாலூட்டுவதன் மகத்துவத்தை நாமெல்லாம் புரிந்துகொள்ள வேண்டும். மிக முக்கியமாக, நம் தாய்ப்பாலில் இருக்கக்கூடிய ஹியூமன் லாக்டோ அல்புமின் புரதமும் புற்றுநோய்க்கு எதிராகச் செயல்படுகிறதென்றால், இதைவிட சந்தோசம் வேறு என்ன இருக்கிறது? எனவேதான் தாய்மார்களே... ஈஸ்ட்ரோஜன் தாக்கத்திலிருந்து மார்பகம் மற்றும் சினைப்பை தப்பித்து, புற்றுநோய் வராமல் இருக்கவேண்டுமானால் நம் பிள்ளைகளுக்குத் தாய்ப்பாலை திகட்டத் திகட்ட புகட்டுங்கள்!

இருதய நோய் மற்றும் பக்கவாத நோயிலிருந்து பாதுகாப்பு

தாய்ப்பால் கொடுப்பதனால் இருதய நோய், பக்கவாதம் உள்ளிட்ட நோய்கள் வருவதற்கான வாய்ப்புகள் குறைவதாக, அமெரிக்க இருதய அமைப்பு நடத்திய சமீபத்திய ஆய்வில் தெரியவந்துள்ளது. இச்செய்தி, தாய்மார்களாகிய நமக்கெல்லாம் மகிழ்ச்சியான செய்தியல்லவா! இரண்டு வருடங்களுக்கு மேலாக ஒருவர், தன் வாழ்நாளில் தாய்ப்பால் கொடுத்திருக்கும்போது அவருக்கு இருதய நோய் வருவதற்கான வாய்ப்புகள் 18 சதவீதமும், பக்கவாதம் வருவதற்கான வாய்ப்புகள் 17 சதவீதமும் குறைந்துவிடுவதாகச் சொல்கின்றன, இந்த ஆய்வுகள்.

பிரசவமான உடனே, பெண்களின் உடலில் வளர்ச்சிதை மாற்றங்களெல்லாம் முற்றிலுமாக வேறொரு கோணத்தில்

மாறிவிடுகின்றன. இத்தகைய மாறுபாடுகள் முக்கியமாக, உடலில் இருக்கிற அனைத்துக் கொழுப்புகளிலும் நடக்கின்றன. இப்படியான கொழுப்புகள், தாய்ப்பால் உற்பத்தி செய்வதற்கான எரிபொருளாக உபயோகப்படுத்தப்படுவதால் சீக்கிரமாக அவை உடலிலிருந்து வெளியேற்றப்படுகின்றன. இதனால் இரத்தநாளங்களில் கொழுப்புகள் அதிகப்படியாக படிந்துவிடாமல் தடுத்து, அதனால் இருதய நோய் மற்றும் பக்கவாதம் ஏற்படுத்துகிற அபாயத்திலிருந்தும் பாதுகாக்கிறது.

மேலும் தாய்ப்பால் கொடுக்கக்கூடிய காலங்களில், நாம் பின்பற்றுகின்ற சத்தான ஆகாரங்கள் மற்றும் ஆரோக்கியமான பழக்கவழக்கங்களால் இத்தகைய நோய்களெல்லாம் தாய்ப்பால் ஊட்டுகிற தாய்மார்களின் வாழ்க்கையிலிருந்து ஒதுங்கியே நிற்கிறது. பார்த்தீர்களா, நம் தாய்ப்பாலூட்டும் காலங்கள் நம்மை எப்படியெல்லாம் பக்குவமாக பாதுகாத்துக் கொண்டிருக்கிறது என்று! ஆக, தாய்ப்பால் நமக்காகவும் சுரக்கிறது என்பதை இப்போதாவது புரிந்துகொண்டீர்கள்தானே!

★★★

5

தாய்ப்பால்: ஒரு சிறந்த ஹெல்த் பாலிசி

பூமியைத் தாண்டி அந்த ஆகாசத்திற்கும் அப்பாலிருக்கிற நிலவைக் கைகாட்டி, தன் பிள்ளைக்குச் சோறூட்டுவதாக அந்த நிலாவிற்கும் ஒருபிடி சோற்றைப் பிசைந்து ஊட்டுகிற தாய்மார்களை இன்றும்கூட, நம் மொட்டைமாடி இரவுகளில் காணமுடியும். பிள்ளையை இடுப்பில் இடுக்கிக்கொண்டு சோற்றைப் பிசைந்து பிசைந்து நிலவிற்கு ஒரு வாயும், பிள்ளைக்கு ஒரு வாயுமாக ஊட்டி வளர்ப்பதைப் பார்க்கையில், அம்மாக்களின் ஒரு கவளச்சோற்றை உண்டுதான் நிலவும்கூட நம் பால்யத்தோடு சேர்ந்தே வளர்ந்திருக்குமோ என்றுகூட யோசிக்கத் தோன்றுகிறது. அப்படியென்றால், தாய்ப்பால் அருந்தி வளருகிற நம் பிள்ளைகளும்கூட நிலவின் எச்சிப்பால் குடித்து வளர்ந்தவர்கள்தானோ என்று நினைக்கையில் நெஞ்சுக்குள்ளே பரவசமாயிருக்கிறது.

குகைக்குள் வாழ்ந்த ஆதித்தாய், தன் மார்பிலே பிள்ளையைப் போட்டபடி இரவும் பகலுமாக நிலவைப்பற்றிய கதைகளை சொல்லிச் சொல்லியே தாய்ப்பால் புகட்டிய அதே நிலவிற்குத்தானே இன்று, நீங்களும் நானுமாக சேர்ந்துகொண்டு அதே பாசத்தோடு பாலூட்டிக் கொண்டிருக்கிறோம். ஒருவேளை, இந்த நிலவின் வெண்ணிற ஒளிப்பாய்ச்சல்கூட பல்லாயிரம் ஆண்டுகளாக தாய்மார்களின் தாய்ப்பாலைக் குடித்து வளர்ந்த இந்த ஊட்டத்தினால்தான் இருக்குமோ என்கிற ஆச்சரியமும்கூட எனக்கு உண்டு. இதையெல்லாம் யோசித்துப் பார்க்கையில், அடடே... இப்படித்தானே நீங்களும் நானுமாக, அந்த நிலவையும் அம்மாவையும்போல எங்கோ இருந்துகொண்டு ஒருவருக்கொருவர் இந்தக் கடிதத்தின்வழியே அக்கறையோடு அன்பையும் பரிமாறிக் கொள்கிறோம் என்கிறபோது கூடுதலாக நெகிழ்ச்சியும் உண்டாகிறது.

அன்புத் தாய்மார்களே,

பிள்ளைகளின் எதிர்காலத்தை நினைத்துக் கவலைப்படாத பெற்றோர்களும் இருக்க முடியுமா? எதிர்காலத்தில் உதவக்கூடும் என்று ஏதாவதொரு பாலிசியையோ, ஒரு ஏலச்சீட்டையோ அவசரத்திற்குப் போட்டுவைத்திருக்கிற தாய்மார்களை இன்றும்கூட நாம் எங்கும் காணமுடியும். ஒருவகையில், அதுவும்கூட அவரவர் வருமானத்தையும் ஏழை, பணக்காரன் என்கிற வித்தியாசத்தையும் பொருத்துத்தானே அமைகிறது!

அதேசமயம் ஏழை - பணக்காரன், கருப்பு - சிவப்பு, குட்டை - நெட்டை என்கிற எந்தப் பாரபட்சமுமின்றி, ஒரு அட்சயப் பாத்திரத்தைப் போல குழந்தைகள் குடிக்கக் குடிக்கக் குறைவின்றி சுரக்கிற தாய்ப்பாலைப் பற்றி கொஞ்சம் யோசித்துப் பாருங்களேன். ஆம், அத்தகைய மகத்துவம் வாய்ந்த தாய்ப்பாலைப் புகட்டுவதன் வழியே ஒவ்வொரு தாய்மார்களும் தங்கள் குழந்தைகளின் எதிர்கால ஆரோக்கியத்திற்குத் தேவையான ஆகச்சிறந்த 'ஹெல்த் பாலிசி'யை போட்டு வைத்திருப்பதைப் பற்றித்தான் நாம் இங்கே பார்க்கப் போகிறோம்.

ஆம், அருமைச் சகோதரிகளே! தாய்ப்பால் கொடுப்பதன்வழியே குழந்தைகளின் எதிர்காலம் எவ்வாறு பாதுகாக்கப்படுகிறது, அவர்களின் ஆயுட்காலம் முழுவதிலும் உடல் ஆரோக்கியத்திற்காக தாய்ப்பால் எவ்வாறெல்லாம் பக்கபலமாக இருக்கிறது என்பதைப் பற்றிய விளக்கங்களைத்தான் நாம் இப்போது தெளிந்துகொள்ளப் போகிறோம். இதன்வழியே, நம் குழந்தைக்கு தாய்ப்பாலைவிட ஒரு சிறந்த ஹெல்த் பாலிசி வேறெதுவுமே இருக்கமுடியாது என்கிற முடிவிற்கு நாம் ஒவ்வொருவருமே வந்துவிடுவோம்.

பற்கள் மற்றும் தாடை எலும்புகளின் வளர்ச்சி

தொண்டைக்குள் மூச்சுக்குழாயும் உணவுக்குழாயும் இரண்டு கிளையாகப் பிரிகிற இடமொன்று இருப்பதைப்பற்றி கேள்விப் பட்டிருக்கிறீர்களா? ஆம், அங்குதான் சுவாசிக்கிற மூச்சுக்காற்றையும், விழுங்குகிற உணவையும் பிரித்து அனுப்புகிற பரபரப்பான சுங்கச் சாவடி வேலை நடக்கிறது. தொண்டைக்குள்ளிருக்கும் இந்தச் சுங்கச்சாவடியில் கதவைத் திறந்தும் மூடியும்தான் நம்முடைய சுவாசமும், உணவு விழுங்குதலும் எவ்விதச் சிக்கலுமின்றி நடந்து கொண்டேயிருக்கிறது. இப்படியான இடத்தில், கொஞ்சம் வேலை பிசகினாலும் நம் உயிருக்கே உலைவைத்த மாதிரிதான்.

நம்முடைய குழந்தைகள் தாய்ப்பால் குடிக்கையில், இந்தக் கதவானது தற்காலிகமாக மூச்சுக்குழல் பக்கமாக மூடிக்கொள்வதால் மெல்ல சவைத்துக் குடித்த தாய்ப்பாலானது, திறந்திருக்கிற உணவுக்குழாய் வழியாக நழுவி வயிற்றுக்குள்ளே சென்றுவிடுகிறது. அதேசமயம், அவர்கள் பாலைக் குடித்துக் குடித்து இடையிடையே பெருமூச்சுவிடுகையில் இந்தக் கதவு, உணவுக்குழாய் பக்கமாக மூடிக்கொண்டு மூச்சுக்குழல் பகுதியை திறந்துகொள்ளச் செய்வதன் மூலம் சுவாசம் நடைபெற வழிவகை செய்கிறது. இத்தகைய தன்னிச்சையாக கதவைத் திறந்து மூடுகிற சிக்கலான வேலையைத்தான் தொண்டையில் இருக்கிற எபிகிலாட்டிஸ் என்கிற மெல்லிய தகடு போன்ற எலும்பு செய்கிறது என்பது பெரிய ஆச்சரியமான விசயமல்லவா!

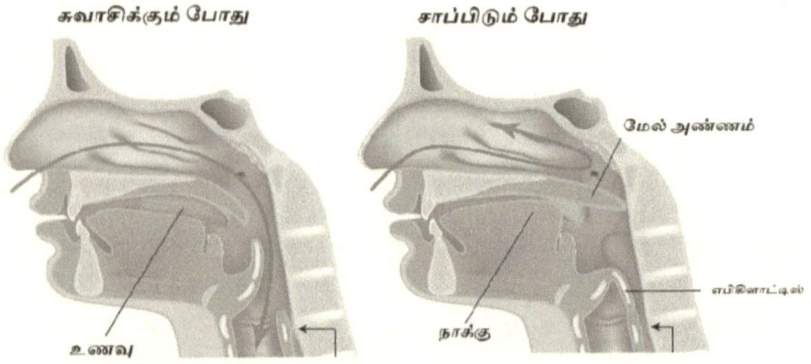

மூச்சுவிடும் போது உணவுக்குழாய் மூடிக்கொண்டு சுவாசக்குழாய் திறந்து கொள்கிறது

உணவு விழுங்குகையில் மூச்சுக்குழாய் மூடிக்கொண்டு உணவுக்குழாய் திறந்து கொள்கிறது

இப்படியாக உறிஞ்சுதல் *(1)* - விழுங்குதல் *(2)* - மூச்சுவிடுதல் *(3)* என்கிற வரிசையில், மீண்டும் மீண்டும் *1..2..3.. 1..2..3..* வாய்ப்பாட்டில் தாய்ப்பால் குடிக்கிற ஒவ்வொரு குழந்தையும் தாய்ப்பால் குடிக்கவும் பின், மூச்சுவிடுவதுமான ஒரு நுட்பமான வேலைப்பாட்டில் பசியாறிக் கொள்கிறார்கள். இத்தகைய தாய்ப்பால் புகட்டுகிற சூத்திரத்தில் ஏதேனும் சிக்கல் வருகிற பட்சத்தில்தான், மூச்சுக்குழல் வழியே செல்லவேண்டிய காற்று உணவுக் குழாய்க்குள் சென்று வயிறு உப்பிசம் கொள்வதும், உணவுக்குழாயினுள் செல்லவேண்டிய தாய்ப்பால் மூச்சுக்குழாயினுள் புகுந்து புரையேறுவதுமாக ஆபத்தாகிவிடுகிறது. அதுசரி, இதற்கும் தாய்ப்பால் புகட்டுவதற்கும் என்ன சம்பந்தமிருக்கிறது என்றுதானே யோசிக்கிறீர்கள்!

தாய்ப்பாலைக் குடிப்பதற்காக உதடுகள், அண்ணம், நாக்கு, முகத்தினுடைய மெல்லிய தசைகள் மற்றும் தாடை எலும்புகள் ஆகிய அத்தனையும் ஒருசேர இசை நயத்தோடு வேலை செய்தாக வேண்டியிருக்கிறது. முகத்திலுள்ள தசைகளின் சுருங்கிவிரிகிற இசைவும், தாடை எலும்பு மூட்டுகளினுடைய முன்னும்பின்னுமான அசைவும் ஒத்திசைவாக இயங்கும்போதுதான் குழந்தையால் தாய்ப்பாலை நன்றாக உறிஞ்சிக் குடிக்கவே முடியும்.

குழந்தைகள் மார்புக் காம்பினை மெல்ல மேல் அண்ணத்தில் வைத்து அழுத்தியவாறு அதன்மீது நாவைச் சுழற்றிச்சுழற்றி பாலை உறிஞ்சுவதால், அவர்களுடைய மேல்தாடை எலும்புகள் மெருகேறுகின்றன. அதனோடு முன்னும்பின்னுமாக அசைந்து கொடுக்கிற கீழ்த்தாடை எலும்புகளும் சேர்ந்து நன்றாகவே வளர்ச்சியடையத் துவங்குகிறது. தாடை எலும்புகளோடு சேர்ந்த பற்களுமே, அதன் பள்ளத்திற்குள்ளாக நன்றாகப் பதுங்கி வலுவுள்ளதாக முட்டி முளைக்கின்றன. குழந்தைகளின் பற்களுமே பிறைநிலா வடிவில் வரிசையாக, அழகான ஒழுங்கமைவுடன் பொருத்தமாய் அமையப் பெறுகிறது. அதனுடைய எனாமல் மற்றும் ஈறுகளுமே ஆரோக்கியமாக வளர்ந்து, பிற்காலத்தில் பல் சொத்தை ஏற்படுவதிலிருந்து குழந்தைகளைப் பாதுகாக்கிறது.

தாய்ப்பால் குடிக்கும்போது கீழ்த்தாடையுடன் மண்டையோடு இணைந்த அதனது தாடையின் மூட்டுப் பகுதியுமே முன்னும் பின்னுமாக சீராக அசைந்துகொடுப்பதால், அதனோடு தொடர்புடைய காது மற்றும் காது குழலும் நன்றாக வளர்ச்சியடைய உதவுகிறது. நீங்கள் வேண்டுமானால், வாயை நன்றாக அகலமாகத் திறந்தும், மூடியும் காதுகளுக்கு முன்னால் ஏற்படும் அசைவுகளை விரல் வைத்துக் கவனித்துப் பாருங்களேன். மேற்கண்ட தாய்ப்பால் பருகுகிற குழந்தைகளின் தாடை அசைவினால்தான், காதுகளினுடைய வளர்ச்சியும் நன்றாகப் பரிணாமம் அடைகின்றன என்பதை நாம் சுலபமாகப் புரிந்துகொள்ள முடியும். இப்படியான நுட்பமான அசைவினால் மட்டுமே மிகச்சரியான தாடை எலும்புகள் மற்றும் காதுகளின் வளர்ச்சிகளும் சாத்தியமாகின்றன.

தாய்ப்பால் குடிக்கையில், வாய்ப்பகுதியைச் சுற்றியுள்ள தசைகள் ஒவ்வொன்றும் நுட்பமாக அசைந்துகொடுத்து நன்றாக உறிஞ்சிக்கொள்ள உதவுவதால், குழந்தைகளின் மென்று தின்னக்கூடிய மெல்லிய தசைகளும் வலுப்பெறுகின்றன. இதனால் முகமும் மெருகேறி மிகவும் அழகான தோற்றத்தைப் பெறுகிறது. தாய்ப்பால் குடித்தலின்போது குழந்தைகள் உபயோகப்படுத்துகிற

தசைகள்தான், அவர்களின் மூச்சுவிடுதல் மற்றும் உணவு விழுங்குதற்கு உண்டான அவசியமான பணிகளையும் செய்கிறது. ஆக, தாய்ப்பால் குடித்தலென்பது, குழந்தைகளுக்கு எப்பேர்ப்பட்ட அத்தியாவசியமான விசயம் என்பதை நாம் முதலில் தெள்ளத் தெளிவாகப் புரிந்துகொள்ள வேண்டும்.

அதேசமயம், டப்பாக்களில் பசும்பாலை அடைத்துப் புகட்டும் தாய்மார்களையும், அதனை ஆவலின்றி வெறித்தபடியே குடிக்கும் குழந்தைகளையும் கொஞ்சம் உற்றுப் பாருங்களேன்!

அம்மாக்கள், டப்பாக்களில் பசும்பாலை அடைத்துக் கொடுக்கும்போது குழந்தைகள் மேலே சொல்லியதைப் போல அதற்குரிய தசைகளையோ, எலும்பு மூட்டுகளினுடைய நுட்பமான அசைவுகளையோ பயன்படுத்துவதில்லை. தாய்மார்களும்கூட, குழந்தைகள் தாங்களாகவே உறிஞ்சிக் குடிப்பதற்கான வாய்ப்பினைத் தராமல், பால் நிரம்பிய டப்பாவின் பிளாஸ்டிக் காம்பினை வாயிற்குள் திணித்து ஒரேயடியாக வாயில் ஊற்றிவிடுகிறார்களே! இதனால் குழந்தைகள் எவ்வித உழைப்புமின்றி சொகுசாக, கொடுப்பதை வாயில் வாங்கிக்கொண்டு விழுங்கிக்கொள்கிறார்கள். இப்படியிருக்கையில், குழந்தைகளின் மென்று விழுங்குகிற தசைகளோ, நாக்கு மற்றும் தொண்டைப் பகுதிகளின் தசைகளோ எப்படி, நன்றாக வளர்ச்சி அடையும் என்பதை நாம் கொஞ்சம் யோசித்துப் பார்க்க வேண்டும்.

மேலும் புட்டிப்பாலைக் குடித்து வளருகிற குழந்தைகள், முற்றிலும் வழக்கத்திற்குமாறான தசைகளையே பயன்படுத்துவதால், அத்தியாவசியமான தசைகளின் வளர்ச்சிகள் மெதுமெதுவாக நடக்கிறது. இந்தக் குழறுபடியால், அவர்களின் நாக்கும்கூட தடித்துப் பருமனாகி விடுகிறது. இதனால் குழந்தைகள் தூங்குகையில், இந்தப் பெருத்த நாக்கானது தொண்டையின் பின்பக்கமாக சரிந்து பின்னாளில் குறட்டைவிடுபவர்களாக, மூச்சுத்திணறி தூக்கம் கெட்டு நடுராத்திரியில் அடிக்கடி எழுபவர்களாக ஆக நேரிடுகிறது.

புட்டிப்பால் குடிக்கிற குழந்தைகள் மார்புக் காம்பினை மேல்அண்ணத்தில் அழுந்த வைத்தவாறு குடிப்பதற்கு அவசியமில்லாமல் போவதால், அவர்களது அண்ணத்தின் வளர்ச்சி பாதிப்புக்குள்ளாகி, வாய்ப்பகுதி சற்றுக் கோணலாகவும், பல்வரிசை ஒன்றோடொன்று இடுக்கியும் அமைந்துவிடுகிறது. இத்தகைய குறுகிய வாய்ப்பகுதி அமைப்பினால் குழந்தைகள்,

உறங்கும்போது மூச்சுவிட சிரமப்பட்டு 'ஸ்லீப் அப்னியா' போன்ற தூக்க நோயினால் எதிர்காலத்தில் பாதிக்கப்படுவதற்கான வாய்ப்புகளும் இருக்கின்றன. பார்த்தீர்களா, ஒரு சின்ன விஷயம், குழந்தைகளை எவ்வளவு பெரிய ஆபத்தில் கொண்டுபோய் விட்டுவிடுகிறது என்று!

பால் டப்பாக்களில் குடிப்பதும்கூட, குழந்தைகள் விரலை சப்பிக்கொள்வதைப் போன்ற செயற்கையான செயல்தானே! இப்படிக் குடிப்பதால், பற்கள் முன்னே தள்ளியபடி தெத்துப் பற்களாகவும், கீழ்த்தாடையோ பின்நோக்கிச் சென்று கோணல் வாயாகவும் தோற்றமளிக்கக்கூடும். இதனால் குழந்தைகளும் முக இலட்சணமில்லாத தோற்றத்தோடு எதிர்காலத்தில் காட்சியளிக்கவும் கூடும் அல்லவா! இதற்கப்புறமும் புட்டிப்பால்தான் கொடுக்கப்போகிறேன் என்றால், பிள்ளைகள் வளர்ந்து பெரியவர்களான பிறகு அவர்களைத் திருமணம் செய்துவைப்பதற்கு நீங்கள்தான் படாதபாடு படவேண்டும் என்பதையும் மனதில் வைத்துக்கொண்டு முற்றிலுமாக புட்டிப்பாலைத் தவிர்த்துவிடுங்கள், தாய்மார்களே!

ஆக, தாய்ப்பால் கொடுப்பதால் நாம் மட்டும் அல்ல; நம் பிள்ளைகளும் அழகானவர்களாக, முக இலட்சணமுள்ளவர்களாக மாறுகிறார்கள் என்பதை இப்போதாவது தெரிந்துகொண்டோம் அல்லவா!

ஆஸ்துமா மற்றும் அலர்ஜி நோய்களிலிருந்து பாதுகாப்பு

வீட்டைச் சுத்தம் செய்கிறபோது அச்... அச்...சென்று தும்மிக்கொண்டும், குழந்தைகள் குளிரூட்டப்பட்ட எதையாவது சாப்பிடும்போது உர்ர்.. உர்ர்... என்று முக்கை உறிஞ்சிக்கொண்டும் இருப்பதும்கூட ஒருவகையில், அலர்ஜி வகையறாவை சேர்ந்தவைதான்.

தன் பிள்ளைக்கு சளித் தொந்தரவு இருக்கிறது என்று மருத்துவமனைக்கு அழைத்துவருகிற தாய்மார்களுக்கெல்லாம் அது, பெரும்பாலும் தடுமன் அல்லது அலர்ஜிதான் என்று தெரிவதில்லை. அட, நாமும்கூட அன்றாடம் ஏதாவதொரு அலர்ஜியால் பாதிக்கப்பட்டுக் கொண்டுதானே இருக்கிறோம். உலக அலர்ஜி நிறுவனத்தின் அறிக்கைப்படி, 2050இல் உலகத்திலுள்ள 50 சதவீதத்திற்கும் மேற்பட்ட குழந்தைகள் ஏதாவதொரு அலர்ஜி நோயினால் பாதிக்கப்பட்டவர்களாக இருக்கக்கூடும் என்கிற எச்சரிக்கையை வெளியிட்டுள்ளது.

இப்படி அலர்ஜியால் பாதிக்கப்பட்டவர்களுக்கு, அதனது வீரியம் கூடுதலாகி தீவிரமான நோய்கள் வந்து வதைத்தால் அவர்களின் நிலைமை படுமோசம்தான். ஏன், இன்றெல்லாம் பச்சைக் குழந்தைகளுக்கும்கூட ஆஸ்துமா போன்ற இளைப்பு நோய்கள் வந்து, அவர்களின் அன்றாட வாழ்வையே துயரமாக்கி வைத்திருப்பதை நாமும் அக்கம்பக்கத்தில் பார்த்துக்கொண்டுதானே இருக்கிறோம்!

அதுசரி, அலர்ஜி என்றால் என்ன? அது ஏன் வருகிறது? இது, குழந்தைகளுக்கும் வருமா? என்கிற கேள்விகளெல்லாம் நம்மிடம் இயல்பாகவே எழுகிறது அல்லவா? ஆம், குழந்தைகளுக்கும் அலர்ஜி நோய்கள் வருவதற்கான வாய்ப்புகள் இருக்கின்றன. அதற்கு தாய்மார்களாகிய நாம், எனக்குத்தான் தாய்ப்பாலே இல்லியே... புள்ளையோட பசிக்கு பசும்பாலை ஆத்திக் குடுக்கணுமே... என்று துவக்கத்திலேயே மாற்றுப் பாலுக்கு குழந்தைகளைப் பழக்குவதே காரணமாகும்.

நிறைமாதத்தில் பிறந்த குழந்தைகள்கூட, முழுவதுமாக உறுப்புகள் வளர்ச்சியடைந்து பிறப்பதில்லை. ஏனென்றால், அத்தகைய உறுப்புகள் முதிர்ச்சிபெறுவதற்கு வெளியுலகத் தொடர்பும் அவசியமாயிருக்கிறது என்பதை முன்பே பார்த்தோம். இப்படி முழுவதும் வளர்ச்சியடையாத, நோய் எதிர்ப்பு சக்தி இல்லாமல் முற்றிலும் தாய்ப்பாலில் இருந்து கிடைக்கக்கூடிய பாதுகாப்பையே நம்பியிருக்கிற குழந்தைகளுக்கு, புற உலகிலிருந்து ஏதாவதொரு உடலுக்கு ஒத்துப்போகாத ஒன்றைக் கொடுத்தோமென்றால் அது, ஒவ்வாமை நோயில் கொண்டுபோய் விட்டுவிடும்தானே!

குழந்தையின் முதல் ஆறுமாத காலங்களில், தாய்ப்பாலைத் தவிர வேறு ஏதேனும் விலங்குகளின் பாலையோ, ஏன், ஒவ்வாத தண்ணீரைக் கொடுத்தாலும்கூட அது, குழந்தைகளுக்கு அதிதீவிரமான அலர்ஜியை உண்டாக்கிவிடக்கூடிய ஆபத்து இருக்கவே செய்கிறது. அதேசமயம், ஆறு மாதத்திற்குப் பின்பாக குழந்தைகள், தங்களுக்குத் தேவையான நோய் எதிர்ப்பு சக்தியை தாங்களே உற்பத்தி செய்துகொள்ளும் திறனை வளர்த்துக்கொள்வதால் பெரும்பாலும் அதற்குப் பின்பாக அவர்களுக்கு அலர்ஜி ஏற்படுவதில்லை.

முதல் ஆறு மாதத்திற்குள் மாட்டுப்பாலை புகட்டுகையில் அதிலுள்ள கேஸின், லேக்ட்டோ அல்புமின், குளோபுலின் போன்ற எளிதில் செரிமானமாகாத புரதங்கள் குழந்தைக்கு அலர்ஜியை உண்டாக்கிவிடுகின்றன. இதனால் பிள்ளையைப் பெற்ற மகிழ்ச்சியைக்கூட அனுபவிக்க முடியாமல், ஒவ்வொரு தாய்மார்களும் குழந்தைகள் பிறந்ததிலிருந்து சளி, இளைப்பு என்று ஒவ்வொன்றுக்குமாக மருத்துவமனை மருத்துவமனையாக அலைந்த வண்ணமாகவே இருக்கிறார்கள்.

இதைப்பற்றிய புரிதலே இல்லாமல்தான் பெற்றோர்களும் "என்னோட பிள்ளைக்குப் போய் இந்தப் பொல்லாத ஆஸ்துமா நோய் வந்துருச்சே. இப்படி ராத்திரி பகலுமா கெடந்து பிள்ளையப் போட்டு பாடாய்ப் படுத்துதே, என் வயித்துல பொறந்த பிள்ளைக்குப் போய் இப்படியொரு நோயா... எங்க வம்சத்துல இப்படியொரு நோய் யாருக்குமே வந்தது இல்லியே..." என்று புலம்பியபடியே இருக்கிறார்கள்.

ஆனால் தங்களது குழந்தைகளுக்கு முழுவதுமாக தாய்ப்பால் மட்டுமே கொடுக்கிற தாய்மார்களெல்லாம், எதற்கும் பயப்பட வேண்டிய அவசியமே இல்லை. எந்தவொரு தேசத்திலும், எந்தவொரு பாலூட்டியிலும் தாய்ப்பால் குடித்து, குழந்தைக்கு ஒவ்வாமை வந்ததாக வரலாறே இல்லை. மேலும் தாய்ப்பால் என்பதும்கூட, இயற்கையாக நம்முடைய குழந்தைக்காகவென்றே சுரப்பதுதானே! அதோடு, பசும்பால் என்பதும் அதனுடைய கன்றுக்குட்டிக்கென்று சுரப்பதுதானே! ஆகவேதான் தாய்ப்பாலை நம் பிள்ளைக்குக் கொடுப்போம். பசும்பாலை அதனுடைய கன்றுக்குட்டி குடித்துக் கொள்ளட்டும்.

தாய்ப்பாலில் இருக்கிற நோய்எதிர்ப்பு சக்திகளெல்லாம் வெளியிலிருந்து வரும் கிருமிகளை உடலுக்குள் நுழையவிடாமல் பாதுகாத்து, அதனால் ஏற்படும் அலர்ஜியையும் தடுத்துவிடுகின்றன. தாய்ப்பாலில் இருக்கக்கூடிய *CD14* என்கிற மூலக்கூறும் குழந்தைகளினுடைய அலர்ஜி பாதுகாப்பில் முக்கியப் பங்காற்றுகிறது. ஆகவேதான் தாய்மார்களே! நம் பிள்ளைகள் இப்போதும், எப்போதும் எந்த நோய் நொடியுமின்றி, ஆயுள் முழுக்க ஆரோக்கியத்தோடு வாழவேண்டுமென்றால் தாய்ப்பால் ஒன்று மட்டுமே சிறந்த வழியென்பதை எப்போதும் மறக்கவேகூடாது.

குடல் அலர்ஜி நோய்களுக்கு குட்பை சொல்லிவிடுங்கள்

பொதுவாக, நம் உடலுக்குள் புகுந்து தொல்லை தருகிற கிருமிக்கு எதிரான நோய் எதிர்ப்பு சக்திகளை இரத்தத்திலே உருவாக்கி, அதனோடு சண்டையிட்டுத்தான் நம்மைப் பாதுகாக்கிறது, உடல். ஆனால் பிறந்த குழந்தைகளுக்கு எல்லா உறுப்புகளுமே ஆரம்ப வளர்ச்சிநிலையிலேயே இருப்பதால், நோய்எதிர்ப்பு சக்தியைக்கூட அவர்களால் சுயமாக உற்பத்தி செய்துகொள்ள முடிவதில்லை. ஆகையால்தான், அம்மாவின் நோய்எதிர்ப்பு சக்தி நிறைந்துள்ள இரத்தத்திலிருந்து தாய்ப்பாலைத் தருவித்து குழந்தைகளுக்கு நாம் புகட்ட வேண்டியிருக்கிறது.

அப்படி, தாய்ப்பாலைக் குடித்து வளர்கிற பிள்ளைகள்கூட, அம்மாவினுடைய நோய்எதிர்ப்பு சக்தியை வைத்து நோய்க்கிருமிகளுக்கு எதிராகச் சண்டையிட்டு தங்களைக் காப்பாற்றிக் கொள்வார்கள். ஆனால் எந்தவித நோய்எதிர்ப்பு சக்தியுமில்லாத புட்டிப்பாலை மட்டுமே குடித்து வளரும் குழந்தை களெல்லாம் பாவம், என்ன செய்வார்களோ! மேலும், அவர்களுக்கு இத்தகைய வைரஸ் கிருமித்தொற்றுகளால் உண்டாகிற நோயிலிருந்து மீண்டுவருவதும்கூட மிகச் சிரமமாகவும், சித்ரவதையாகவும்தான் இருக்கும்.

குடலுக்குள் நுழைந்து அதன் மேற்புற அடுக்குபோல் படிகிற தாய்ப்பாலினால், அதற்கு ஒருவித பாதுகாப்பு வளையம் கிடைத்துவிடுகிறது. இதனால் உணவு மூலமாக வருகிற அலர்ஜி நோய்களிலிருந்து குழந்தைகள் பாதுகாக்கப்படுகிறார்கள். தாய்ப்பாலிலுள்ள சர்க்கரை மூலக்கூறுகளால் குடலில் செரிமானம் உட்பட ஏனைய நல்லது செய்யக்கூடிய லேக்டோபேசில்லஸ் போன்ற பாக்டீரியாக்களும் பல்கிப் பெருகுகின்றன. இதனோடு, நோய்களை எதிர்த்துப் போராடக்கூடிய எதிர்ப்பு சக்தி மூலக்கூறு களான ஆண்டிபாடிகளும் தாய்ப்பால் வழியே கிடைத்துவிடுகின்றன. இதனால், குடல் பகுதிகள் ஆரோக்கியத்துடன் முதிர்ச்சியடைவதோடு மட்டுமல்லாமல், தேவையில்லாத தொற்றுகளில் இருந்தும் தன்னைப் பாதுகாத்துக்கொள்ள முடிகிறது. அதேசமயத்தில், இப்படியான எந்தவிதமான பாதுகாப்பு வேலியும், புட்டிப்பால் குடிக்கிற குழந்தைகளுக்குக் கிடைப்பதேயில்லை என்பதையும் நாம் மறந்துவிடக் கூடாது.

இப்படி உணவின் மூலமாக, பசும்பால் மூலமாக உண்டாகக்கூடிய அலர்ஜியை தவிர்ப்பதன் வழியே, தாய்ப்பால் மட்டுமே ஆரம்பத்திலிருந்து குடித்து வளர்கிற குழந்தைகளுக்கு அல்செரேட்டிவ் கோலைட்டிஸ் (Ulcerative colitis), க்ரோன்ஸ் நோய் (Crohn's disease), நெக்ரோடைசிங் எண்டிரோ கோலைட்டிஸ் (Necrotizing enterocolitis) போன்ற குடல் அலர்ஜி நோய்களிலிருந்து இயல்பாகவே பாதுகாப்பு கிடைத்துவிடுகிறது என்பதெல்லாம் நமக்கு மகிழ்ச்சியான விசயம்தானே!

கூர்மையடையும் குழந்தைகளின் நினைவாற்றல் மற்றும் பார்வைத்திறன்

எல்லா அம்மாக்களுக்குமே, தன்னுடைய பிள்ளை நன்றாகப் படிக்கவேண்டும், விரைவாக கற்றுக்கொள்ளும் திறனோடு அறிவாளியாகவும் சுறுசுறுப்பாகவும் வளரவேண்டும், படித்துப் பெரிய ஆளாக வரவேண்டும் என்பதான ஆசைகள் நிறையவே இருக்கும். ஆனால், ஆசை இருந்தால் மட்டும் போதுமா தாய்மார்களே! அதற்கான வேலையைச் செய்ய வேண்டாமா! என்றவுடன், 'ஏன் செய்யவில்லை, நாங்கள்தான் பிறந்தவுடனே எங்கள் பிள்ளைகளை பிளே ஸ்கூல், இன்டர்நேஷனல் ஸ்கூல் என்றெல்லாம் பார்த்துப் பார்த்து பணத்தைக் கொட்டிப் படிக்க வைத்துவிடுகிறோமே... அப்புறம் என்ன?' என்று உடனே குழப்பிக் கொள்கிறார்கள். ஆனால் அதெல்லாம் ஒரு விசயமே இல்லை. உங்களது செல்லக் குழந்தைக்கு தாய்ப்பால் கொடுக்கவேண்டிய வயதில் சரியாகக் கொடுத்தீர்களா, இல்லையா? என்பதே இங்கு மிக முக்கியமான விசயம்.

தாய்ப்பாலில் இருக்கிற சூப்பர் கொழுப்பு அமிலங்கள் (DHA), டாரின் போன்ற அமினோ அமிலங்கள், வைட்டமின் பி-6, கேலக்டோஸ் சர்க்கரை போன்றவையெல்லாம் ஒட்டுமொத்தமாக சேர்ந்துகொண்டு, குழந்தைகளின் மூளை வளர்ச்சியை நன்றாக ஊக்குவிக்கிறன. இதனால் தாய்ப்பால் குடித்து வளரும் குழந்தைகளினுடைய மூளையின் வளர்ச்சியானது, புட்டிப்பால் குடித்து வளர்பவர்களைவிட 20-30% அதிகமாகவே இருப்பதாக ஆய்வுகள் கூறுகின்றன.

மேலும் இத்தகைய கொழுப்பு அமிலங்கள் மூளையின் மெல்லிய நரம்புகளைச் சுற்றிலும் மையலின் என்கிற மேலடுக்கினை நெய்கிறது. இந்த மையலின் உறைகள்தான், நரம்புகளின் வழியே

கொண்டு செல்லப்படுகிற மின்னூட்டத் தகவல்களையெல்லாம் மின்னல் வேகத்தில் மூளையின் மற்ற பாகங்களுக்கும் அடுத்தடுத்து எடுத்துச்செல்ல உதவுகிறது. மூளை நரம்புகளும்கூட இடது, வலது என்ற புரிதலுடன் பின்னிப் பிணைந்து, அதிநுட்பமான வலைதளம் போன்ற அமைப்பினை அங்கே உருவாக்குகின்றன. இதனால் குழந்தையின் உணர்வுகளெல்லாம் உடனுக்குடனே மூளைக்கும் மற்ற பாகங்களுக்கும் இடையே வேகவேகமாக பரிமாறிக்கொள்ள முடிகிறது. இத்தகைய விரைவான வலைப்பின்னல்களால் குழந்தைகளுமே எளிதில் ஐம்புலன்களால் பகுத்துணரும் திறனுள்ளவர்களாக வளர்கிறார்கள். இவையெல்லாமே, தாய்ப்பால் குடித்து வளரும் குழந்தைகளின் மூளையில் வெகுவிரைவாகவே நடக்கத் துவங்கிவிடுகிறது என்பதையும் நாம் தெரிந்துகொள்ள வேண்டும்.

ஊக்குவிப்பின் வழியே பின்பக்க மூளையின் அங்கமான பார்வை நரம்புகளின் வலைப்பின்னல்களும் நன்கு வளர்ச்சியடைந்து, குழந்தைகளின் பார்வைத்திறனும் மேம்படுகிறது. குழந்தைகளும்கூட விரைவிலே உங்களது முகபாவனைகளைப் பார்த்துப் பார்த்து ஒவ்வொரு அசைவுகளுக்கான அர்த்தங்களையும் விரைவிலேயே புரிந்துகொண்டு, நீங்கள் செய்வதைப் போலவே மீண்டும் மீண்டும் செய்துகாட்டி எல்லோரையும் சிரிக்க வைக்கிறார்கள். மேலும், இத்தகைய குழந்தைகள் சீக்கிரமாகவே தங்களது மொழித்திறனை வளர்த்துக் கொள்பவர்களாகவும், அதீத நினைவாற்றல் உள்ளவர்களாகவும், நல்ல சிந்தனை கொண்டவர்களாகவும் வளர்ந்து, எதிர்காலத்தில் பெரும் சாதனையாளர்களாகவும் உருவாகிறார்கள். ஆகவே, குழந்தைகளின் அறிவுத்திறன் மேம்பட நாம் முதலில் செய்யவேண்டியது, சரியான தாய்ப்பாலூட்டுவது மட்டும்தான் தாய்மார்களே!

உயிர்க்கொல்லி நோய்க்கிருமிகளிலிருந்து பாதுகாப்பு

கொஞ்சம் யோசித்துப் பாருங்களேன்! குழந்தைக்கு தாய்ப் பாலூட்டுகிற தாய்மார்களாகிய நாமும்கூட ஒருகாலத்தில், குழந்தையாய் இருக்கிறபோது நம்முடைய அம்மாவின் தாய்ப்பாலைக் குடித்து, அவர்களின் இரத்தத்திலிருக்கிற நோய் எதிர்ப்பு சக்தியை தாய்ப்பால் வழியே யாசகம் பெற்றுக்கொண்டுதானே வளர்ந்து வந்திருப்போம்! அதேபோல, இன்றுவரையிலும் நாம் எந்தெந்த கிருமித் தொற்றுகளினால் பாதிக்கப்படுகிறோமோ அதற்கு எதிராகவும், நம் உடலில் கூடுதலான நோய்எதிர்ப்புச் சக்தி உருவாக்கியிருக்கும் அல்லவா! இப்படியாக, பல்லாண்டு

காலமாக நோய்களுக்கு எதிராக, வழிவழியாகப் போராடிப் போராடியே நம் உடலில் தேக்கி வைத்திருக்கிற அத்தனை நோய் எதிர்ப்பு சக்திகளையும் நாம் இப்போது தாய்ப்பால்வழியாக நம் குழந்தைகளுக்குக் கொடுக்கப் போகிறோம் என்பது, எத்தகைய மகத்தான விசயம் என்பதைப்பற்றி கொஞ்சம் யோசித்துப் பாருங்கள்!

தாய்மார்களே! குழந்தைகளைப் பிரசவிக்கிற நாள் வரையிலும், நாம் என்னென்ன நோய்களையெல்லாம் எதிர்த்து சண்டையிட்டு மீண்டு வந்திருக்கிறோமோ, அந்தந்த நோய்களுக்கெதிரான நோய்எதிர்ப்பு சக்திகளையெல்லாம் இப்போது தாய்ப்பால் வழியாக நம் பிள்ளைக்கு ஊட்டிக்கொண்டுதான் இருக்கிறோம் என்பதை முதலில் நாம் புரிந்துகொள்ள வேண்டும். அதேசமயம், தாய்ப்பால் கொடுத்துக் கொண்டிருக்கும் காலத்திலும்கூட நமக்கு ஏதேனும் புதியதாக நோய் வந்தாலும் அதற்கு எதிராக, இரத்தத்தில் உருவாகிற நோய்எதிர்ப்பு சக்திகளையுமே நமது உடலானது, அதனை தாய்ப்பால் வழியாக சுடச்சுட குழந்தைக்கு அனுப்பி விடுகிறது. அதனால்தான் அம்மாவிற்கு காய்ச்சல் அடித்தால்கூட பிள்ளைக்குப் பாலூட்டுவதை நிறுத்திவிடக்கூடாது என்று மருத்துவர்களும் சதா அறிவுறுத்தியபடியே இருக்கிறார்கள்.

தாய்ப்பாலானது, பழைய நோய்களுக்கெதிரான எதிர்ப்பு சக்தியை மட்டுமல்ல; புத்தம்புதியதாக வருகிற நோய்களுக்கு எதிராகவும் எதிர்ப்பு சக்தியை உற்பத்தி செய்துகொள்கிறது. இப்படி, அந்தந்தக் காலத்திற்கேற்ப நோய்களுக்கெதிரான எதிர்ப்பு சக்தியாக தன்னை உருவாக்கிக்கொண்டு நம் பிள்ளைகளைப் பாதுகாக்கிற தாய்ப்பாலைப் போலான ஒன்றை நாம், எந்தக் கடையிலாவது வாங்கிவந்து பிள்ளைக்குக் கொடுத்துவிட முடியுமா என்பதை நீங்களே சொல்லுங்கள் பார்ப்போம்! தாய்ப்பால் வழியே குழந்தைக்குப் பாதுகாப்பு அளிப்பதுடன் குழந்தைகளின் உடலில் இருக்கிற நோய்எதிர்ப்பு சக்திகளை உற்பத்தி செய்யக்கூடிய முக்கியமான உறுப்புகளையும் தூண்டிவிட்டு, அதனையும் நோய்களுக்கு எதிரான போராட்டத்தில் பங்குபெறச் செய்கிறது. இப்படியாக, ஒரே தாய்ப்பாலில் குழந்தைகளுக்கு இரட்டை லாபம் என்பது மிகவும் நல்ல விசயம்தானே!

தாய்ப்பால் குடித்தவுடனே அது, இரைப்பைக்குள் சென்று, அங்கேயே எளிதில் செரிமானமாகி உடனே அது, மளமளவென குடலுக்குள் சென்றுவிடுகிறது. தாய்ப்பால் மூலம் உருவாகிற

நல்லது செய்யும் பாக்டீரியாக்கள், செரிமானமான மூலப்பொருட்களை உடைத்து எளிதாக குடல் உறிஞ்சிக்கொள்வதற்கு ஏதுவான உதவிகளையும் செய்கின்றன.

ஆனால், புட்டிப்பால் கொடுத்தவுடனே அந்தக் குழந்தையின் முகத்தைக் கவனியுங்களேன்! பால் அவர்கள் வாயிலேயே திரண்டு நிற்கும். அது, வயிற்றில் எளிதில் செரிமானமாக முடியாமல் திணறிக்கொண்டு வயிறு உப்பிசம் போடும். இதனால் வயிறும்கூட ஆரோக்கியமற்று கெட்டுப்போய் வயிற்றுப்போக்கும் ஏற்படுகிறது. இப்படியான தொடர்ச்சியான வயிற்றுப்போக்கினால், குழந்தைகளின் உடல் நலமும் பாழ்படுகிறது. இதன்வழியே உடலில் எஞ்சியிருக்கிற சக்தியெல்லாம் குழந்தைகள் இழந்து விடுவதால், உடலின் வளர்ச்சியும் அடிக்கடி பாதிக்கப்படுகிறது. ஆனால் இதற்கு முற்றிலும் மாறாக, தாய்ப்பால் குடித்து வளர்கிற பிள்ளைகளோ, நல்ல உடல் ஆரோக்கியத்தோடு படுசுறுசுறுப்பாகவும் வளர்கிறார்கள் என்பதையும் நாம் கவனித்துப் பார்க்கவேண்டும்.

தாய்ப்பாலில் உள்ள ஹார்மோன்கள், நுரையீரலின் வளர்ச்சியை துரிதப்படுத்துகிறது. அத்தகைய நுரையீரலுக்கு நோயை எதிர்த்து சண்டையிடுவதற்கான பரமசக்தியை அருள்பாலிக்கிறது. இதனால் தாய்ப்பால் குடித்து வளர்கிற குழந்தைகளுக்கு நுரையீரல் தொற்று நோய்களான நிமோனியா போன்றவற்றிலிருந்து ஆரம்பத்திலேயே பாதுகாப்பு கிடைத்துவிடுகிறது.

இப்படியாக, குழந்தைப்பருவத்தில் ஏற்படக்கூடிய கிருமித்தொற்று நோய்களான வயிற்றுப்போக்கு, நிமோனியா, காதில் சீழ்வடிதல் போன்றவற்றிலிருந்து தாய்ப்பால், நம் பிள்ளையை பொன்னைப்போல பொத்திப் பாதுகாக்கிறது. ஆக, தாய்ப்பாலானது எவ்வளவு தாய்மையோடும் இறைத்தன்மையோடும் நம் பிள்ளைகளோடு நடந்துகொள்கிறது என்பதை நினைத்துப் பார்த்தாவது நாம் புட்டிப்பால் கொடுப்பதைத் தவிர்த்துவிட வேண்டும் தாய்மார்களே!

ஊட்டச்சத்துக் குறைபாடிலிருந்து பாதுகாப்பு

குழந்தைகள் பசித்து அழுகையில், பால் எந்தக் கடையில் கிடைக்கும் என்று கடைகடையாக அலையத் தேவையில்லை. என்ன விலை என்று பேரம்பேசி வாங்கவும் வேண்டியதில்லை. ‘அச்சச்சோ, பால் டப்பா காலியாகப் போகுதே...’ என்று முன்பே

இருப்பு பார்த்து, காலாவதி தேதி சரிபார்த்து, சேமித்து வைக்கவும் அவசியமில்லை. பால் பவுடரைப் போல இது, நல்லதா - கெட்டதா, கொடுக்கலாமா வேண்டாமா, எவ்வளவு கொடுக்கலாம், எத்தனைமுறை கொடுக்கலாம் என்றெல்லாம் யோசித்து, சந்தேகத்தோடு தாய்ப்பாலைப் புகட்ட வேண்டிய அவசியம் இல்லை.

குழந்தையை நாம் மார்பில் போட்டவுடன் தாய்ப்பால் நேரம் காலமென்று பாராமல், அளவில்லாமல் சுரக்கிறதல்லவா! பிள்ளைகளும் தங்களுக்குத் தேவையானவற்றைக் குடித்து நன்றாகப் பசியாறிக் கொள்கிறார்கள். இப்படித் தேவைப்படுகிற போதெல்லாம் வயிறு நிறைய தாய்ப்பால் குடித்துத் துயில் கொள்ளும் பிள்ளைகளுக்கு ஊட்டச்சத்து போன்ற குறைபாடு களெல்லாம் சுத்தமாக வருவதேயில்லை.

தாய்ப்பால், அனைத்துவிதமான சத்துகளோடு, பிள்ளைகளின் தேவையறிந்தே சுரக்கிறது. அது, எந்த பேதமுமின்றி அனைத்துத் தாய்மார்களுக்கும் அளவில்லாமல் சுரக்கிறது. தாய்மார்களே! தாய்ப்பால் ஒன்றும் பசும்பாலா, லாக்டோஜனா என்று எதையாவது ஒன்றை விருப்பத்தேர்வாக முடிவுசெய்து கொடுக்கக்கூடிய ஒரு பொருளல்ல. அது, ஒன்று மட்டும்தான் குழந்தைகளுக்கென இருக்கிற ஒரே தேர்வு என்பதை நாம் எப்போதுமே மறந்துவிடக்கூடாது.

தாய்ப்பாலில் இருக்கிற ஊட்டச் சத்துகளெல்லாம் வானத்து நட்சத்திரங்களைப் போல கணக்கிடவே முடியாத அளவிற்கு எக்கச்சக்கமாய் இருக்கின்றன. தாய்ப்பால் மட்டுமே குடித்து வளர்கிற பிள்ளைகளுக்கு ஊட்டச்சத்து, புரதச்சத்து போன்ற எந்தக் குறைபாடுகளும் வருவதேயில்லை. ஆறு மாதம் வரையிலும் திகட்டத் திகட்ட தாய்ப்பாலும் அதற்குப்பின்பாக அத்தோடு சேர்த்த மசித்த உணவுமாக பிள்ளைக்குக் கொடுத்து வளர்க்கையில் மராஸ்மஸ், குவாசியோக்கர் போன்ற ஊட்டச்சத்துக் குறைபாடுடைய நோய்கள் எதுவுமே குழந்தைகளை அண்டுவதில்லை.

மேலும், தாய்ப்பாலில் இருக்கிற நோய்எதிர்ப்பு சக்திகளோ, பிள்ளைகளை அடிக்கடி நோய்வாய்ப்படாமல் பாதுகாப்பதால், அந்நோய்களின் வழியே அவர்களின் சத்துகள் வீணாக்கப்படுவதைத் தவிர்த்து அதனால் ஏற்படக்கூடிய ஊட்டச்சத்துக் குறைபாடுகளையும் தடுத்துவிடுகிறது. ஆக, நம் குழந்தைகள் பிறந்த தருணத்திலிருந்து தாய்ப்பாலை மட்டுமே முழுக்க முழுக்க புகட்டி வளர்க்கையில்,

குழந்தைகளின் உலகில் இருக்கிற இப்படியான தீவிரமான நோய்களையெல்லாம் ஒரேயடியாக ஒழித்துக்கட்டிவிட முடியும். அதுமட்டுமல்ல, தாய்மார்களே! குழந்தைகள் பிறந்தவுடனே அவர்களது முதல்நாள் வாழ்வினை நம் தாய்ப்பாலைக் கொடுத்து துவக்குவதை விடவா அற்புதமான விசயம் இருக்கப்போகிறது, சொல்லுங்கள் பார்ப்போம்!

மர்மமான நோயிலிருந்து பாதுகாப்பு

சிட்ஸ் (*SIDS-Sudden Infant Death Syndrome*) என்று மிகச்சுருக்கமாக குறிக்கப்படுகிற அதேசமயம், பச்சிளம் குழந்தைகளுக்கென்றே ஏற்படுகிற இந்த மர்மமான நோயைப் பற்றி நம்மில் பலருக்கும் பரிச்சயம் இல்லைதான். ஆனாலும் அந்தக் காலத்தில், வயக்காட்டில் வேலை பார்த்துக்கொண்டே பிள்ளை அழுகிறானா இல்லையா என்று பார்த்துப் பார்த்து பாலூட்டி வளர்க்கிற சமயத்தில், பிள்ளைகள் தொட்டிலிலிருந்து எதுவுமே சத்தம் எழுப்பவில்லையே என்று போய்ப்பார்த்தால் மூச்சுபேச்சற்றுக் கிடப்பார்கள். என்ன, ஏதென்று காரணமறிந்து வைத்தியம் செய்யும் முன்பே உயிருக்கு ஆபத்தாகிவிடும் மோசமான சூழலை, அந்தக் காலத்தில் மட்டுமல்ல; இன்றைய காலகட்டத்திலும்கூட குழந்தைகளும் பெற்றோர்களும் சந்தித்த வண்ணமாகவே இருக்கிறார்கள்.

அதாவது, குழந்தைகள் தூங்கிக் கொண்டிருக்கும்போதே காரணம் இன்னதென்று இல்லாமல் சட்டென்று மூச்சுத்திணறல் ஏற்பட்டு உயிருக்குப் போராடுகிற மோசமான சூழலில் கொண்டுபோய் விடுகிறது, இந்த நோய். பெரும்பாலும் தூக்கக் கலக்கத்தில் புரண்டபடி குப்புறப் படுத்துக்கொள்கிற குழந்தைகளுக்கே இப்பிரச்சனை வருகிறது என்பதால், குழந்தைகளின் முதுகுப்பக்கம் தரையைப் பார்த்த வண்ணமாகவே பார்த்து உறங்கவைக்க வேண்டுமென்று மருத்துவர்கள் அறிவுறுத்துகிறார்கள்.

ஆனால் புட்டிப்பாலின்றி தாய்ப்பால் மட்டுமே குடித்து வளர்கிற குழந்தைகளுக்கு இந்த சிட்ஸ் என்கிற சிக்கலான நோயிலிருந்து பாதுகாப்புக் கிடைத்துவிடுவதாக மருத்துவ ஆய்வுகள் விளக்குகின்றன. அதாவது, அம்மாவின் அருகிலேயே இருக்கும் குழந்தைகள்தான் நன்றாகத் தூங்கி எழுகிறார்கள் என்றும், அவர்கள்தான் விரைவிலேயே இரவில் தூங்கி பகலில் விழித்திருக்கும் பழக்கத்தை கற்றுக்கொள்கிறார்கள் என்றும்

முன்பே பார்த்தோம் அல்லவா! பெரியவர்களாகிய நமக்கு தூக்கத்திலே மூச்சுத்திணறல் வருகிறதென்றால், திடுதிப்பென்று நடுராத்திரியில் எழுந்து சாய்மானமாக உட்கார்ந்துகொண்டு நம்மை ஆசுவாசப்படுத்திக் கொள்கிறோம் அல்லவா! ஆனால் குழந்தைகளுக்கு மூச்சுத்திணறல் வருகிறபோது உடனே விழித்துக்கொண்டு அழுது நம்மை எழுப்புகிற அளவிற்கு துரிதமான உணர்வுகள் ஏற்பட வேண்டுமே... அப்படியான ஒரு பக்குவத்தை தாய்மார்களாகிய நாம், அவர்களை அரவணைத்து தாய்ப்பால் புகட்டுகிற காலத்தில்தான் கற்றுக்கொள்ளவே செய்கிறார்கள்.

அதேசமயம், தாய்மார்களும்கூட தாய்ப்பால் கொடுக்கிற காலத்தில் குழந்தையின் அருகிலேயே இருப்பதால் அவர்களுக்கு ஏதேனும் கொஞ்சம் உடல்நிலை சரியில்லை என்கிற அறிகுறி தென்பட்டால்கூட, சட்டென்று கண்டுபிடித்து அதற்கான சிகிச்சையை உடனே துவங்கிவிடுகிறார்கள்.

தாய்ப்பால் குடித்து வளரும் குழந்தைகளுக்கு, மூளையின் வளர்ச்சி துரிதமாக இயங்குகிற காரணத்தாலும், நரம்புகளைச் சுற்றிய மையலின் உறையால் நம் உடலின் அசௌகரியத்திற்குரிய ஆபத்தான உணர்வுகள் வேகமாகக் கடத்தப்படுகிற காரணத்தாலும், குழந்தைகளும் தன்னுணர்வோடு தங்களைக் காப்பாற்றிக் கொள்வதற்கான உடனடி செயலில் இறங்கி, தங்களது சமிக்ஞையை அழுகையாக வெளிப்படுத்திவிடுகிறார்கள். சிலநேரங்களில், வைரஸ் (*Respiratory Syncytial virus*) கிருமியால்கூட இத்தகைய நோயானது ஏற்படுவதாக ஆய்வுகள் வெளிவந்தாலும் தாய்ப்பாலில் இருக்கிற எதிர்ப்புசக்தியால் இந்நோயிலிருந்தும் குழந்தைகளுக்குப் பாதுகாப்பு கிடைத்துவிடுகிறது.

தாய்ப்பால் குடித்து வளர்கிற குழந்தைகளின் தாடை எலும்புகள், அண்ணம் மற்றும் பற்கள் எல்லாமே ஒரே சீரான ஒழுங்கமைவோடு இயங்குவதால், அவர்கள் தூங்குகிற சமயத்தில் சுவாசத்தின் இயக்கம் வெகுஇயல்பாகச் செயல்பட முடிகிறது. இதனால் தூக்கத்தில் மூச்சுத்திணறுகிற தொல்லைகளெல்லாம் அவர்களுக்கு வருவதேயில்லை. இப்படி, இரவும் பகலுமாக குழந்தைகளைக் காவல்கார தெய்வத்தைப் போல காக்கும் தாய்ப்பால்தான், நம் பிள்ளைகளினுடைய குலதெய்வம் என்பதை நாம் புரிந்துகொள்ள வேண்டும். அதுமட்டுமல்ல; தாய்மார்களே! தாய்ப்பால் மட்டும்தான் தாய்வழிச் சொத்தாக நம் பிள்ளைகளுக்குக்

கொடுக்கிற தொன்மையானதும் அழியாச் செல்வமாகவும் இருக்கப் போகிறதென்பதை எப்போதுமே மறக்காதீர்கள்.

குழந்தைப் பருவத்து உடல் பருமனைப் பராமரித்தல்

தாய்மார்களே, பள்ளிக்கு அனுப்பும்போதுதான் நம் பிள்ளையை மற்ற பிள்ளைகளோடு ஒப்பிட்டு அடித்துத் துவைத்தெடுக்கிறீர்கள். ஆனால் அதை தாய்ப்பாலூட்டும் காலத்திலுமா செய்ய வேண்டும்?

“பக்கத்து வீட்டுப் பிள்ளையைப் பார், எப்படி தளதளவென கன்னுக்குட்டி மாதிரி வளர்ந்து நிக்கிறான். உன் பிள்ளையோ, பஞ்சத்தில் வளந்த நோஞ்சான் பிள்ளை மாதிரியல்லவா இருக்கான்” என்று, அத்தைகாரியின் ஏச்சுப்பேச்சைக் கேட்டுக்கொண்டே, “நம் பிள்ளை துறுதுறுவென இருக்கிறான், ஆனால் எடை மட்டும் போடமாட்டேங்குறானே” என்று, பச்சைப் பிள்ளையைக் கூட மற்ற பிள்ளைகளோடு ஒப்பிட்டுப் பார்க்கிற மனோபாவம் எப்படியோ தாய்ப்பாலூட்டும் காலங்களில் அம்மாவையும் தொற்றிக்கொள்கிறது. ஆனால் உண்மையில், இதற்குப்பின் இருக்கிற கதையே வேறு என்பதைப் பற்றி யாருக்கும் புரிவதில்லை.

பிள்ளைகள் பிறந்த உடனே, டவுசரை மாட்டிக்கொண்டு எழுந்து ஓடியாடித் திரியவேண்டும் என்று பெற்றோர்கள் யோசிக்கத் துவங்கிவிடுகிறார்கள். குழந்தைகளுக்கு அவரவர் வயதுக்கேற்பத்தானே வளர்ச்சியும் இருக்கும்! ஆனால் அது தெரியாமல், நம் பிள்ளையை மற்ற பிள்ளைகளின் வளர்ச்சியோடு ஒப்பிட்டு, “ஒருவேளை, நமக்கு தாய்ப்பால் பத்தல போலிருக்கே, டாக்டர்கிட்ட போய் பிள்ளைக்குன்னு ஏதாவது சத்து டானிக்தான் வாங்கிக் கொடுக்கணும் போல” என்று யோசிக்க ஆரம்பித்து விடுகிறார்கள். உண்மையில், வளர்ச்சி என்பது உடல் பருமனை வைத்து அளவிடக்கூடிய ஒன்றா என்ன?

பிறந்த குழந்தைகள் சராசரியாக, மூன்று கிலோ எடையோடு இருக்கிறார்கள். அவர்கள், ஆறு மாதத்தில் ஆறு கிலோ எடையும், ஒரு வயதிலே ஒன்பது கிலோ எடையுடனும்தான் மிகச் சாதாரணமாகவே வளர்ச்சியடைகிறார்கள். ஆனால், அதிகப்படியான கொழுப்புகள் கூடி கொஞ்சம் குண்டுகுண்டாகத் தெரிகிற குழந்தைகள்தான் சத்தாக வளர்கிறார்கள் என்று அவ்வப்போது, அக்கம்பக்கத்திலிருந்து நமக்கு தவறாகக் கற்பித்தவண்ணம் இருக்கிறார்கள்.

தாய்ப்பால் மட்டுமே குடித்து வளர்கிற குழந்தைகளின் எலும்புகள், தசைகள் மற்றும் உள்ளுறுப்புகள் உள்ளிட்ட அத்தியாவசிய வளர்ச்சிக்குத் தேவையான சத்துகளுடன் மட்டுமே அவர்கள் குடித்தபடி வளர்வதால், அந்தச் சத்துகள் யாவும் அந்தந்த உறுப்புக்குள் மட்டுமே செல்கின்றன. ஏதேனும் அதிகப்படியான சத்துகள் இருந்தால்தானே கொழுப்புகளாகப் போய் உடலில் அவை பாசிபோலப் படியும்... ஆனால் தாய்ப்பாலைப் பொறுத்த வரையில், அவை தேவையின்றி கொழுப்புகளாகப் போய் தோலுக்கடியில் சேருவதில்லை. இதனால்தான், தாய்ப்பால் பருகிய பிள்ளையைப் பார்த்தாலே 'இவன் சாப்பிட்டுச் சாப்பிட்டு எலும்பில்தான் சேர்த்து வைக்கிறானோ...' என்று நையாண்டி செய்கிறார்கள்.

அதேசமயம், பிறக்கும்போது சராசரியாக ஐம்பது சென்டி மீட்டர் உயரமுடைய பிள்ளைகள், ஆறு மாதத்தில் அறுபத்தைந்து சென்டிமீட்டராகவும், ஒரு வயதில் எழுபத்தைந்து சென்டி மீட்டராகவும் வளர்ச்சியடைகிறார்கள். இப்படியாக, மெல்ல மெல்ல வளர்கிற குழந்தைகளின் வளர்ச்சிப் படிகளைப் புரிந்து கொண்டாலே, 'எம் பிள்ளை இப்படி, குள்ளக்கத்தரிக்காய் மாதிரி இருக்கானே... இப்படி ஒல்லிக்குச்சியாட்டம் இருக்கானே...' என்றெல்லாம் கவலைப்பட்டு சத்து டானிக், சத்து மாவுகள் என்று தவறான வழியைத் தேடி அலையவேண்டிய அவசியமிருக்காது.

பெரும்பாலான தாய்மார்கள், 'என் பிள்ளை, எடை போடவே மாட்டேங்குறான்...' என்று சீக்கிரமாகவே தாய்ப்பாலோடு சேர்த்துக் கூடுதலாக பால் பவுடரையும் கொடுக்க ஆரம்பித்து விடுகிறார்கள். ஒருசிலர் பகலுக்குத் தாய்ப்பால், இரவுக்கு பால் பவுடர் என்று காலஅட்டவணை போட்டு பாலூட்டுகிறார்கள். அது ஏனோ, அத்தகைய பால் பவுடரில்தான் பாடி பில்டிங் செய்வதற்கான பார்முலாக்கள் இருப்பதைப்போலவும், இரண்டையும் சேர்த்துக் கொடுக்கும்போதுதான் 'பையன் பயில்வான்' என்று சொல்லுகிற அளவிற்குத் தேறிவிடுவான் என்பதாகவும் தப்புக்கணக்கு போடுகிறார்கள். ஆனால் அது எத்தகைய ஆபத்தில் கொண்டுபோய் குழந்தையை விட்டுவிடும் என்பதைப் பற்றி யாரும் விளங்கிக் கொள்வதில்லை.

தங்களது குழந்தைகளின் வளர்ச்சியும், எடையும், உயரமும் வயதிற்கேற்ப எப்படியிருக்கும் என்பதைப் பற்றிய விழிப்புணர்வு இல்லாத காரணத்தினால்தான், இப்படியான தவறான

வழிமுறைகளை அம்மாக்களும் பதட்டத்தோடு தேடவேண்டி யிருக்கிறது. ஆனால் தாய்ப்பாலைத் தவிர, ஆறு மாதத்திற்குள் பசும்பாலையோ, பால் பவுடரையோ ஏதேனும் கொடுப்பதால்தான் குழந்தைகள், ஒரு வயதிற்குள்ளாகவே குண்டுப்பிள்ளையாக வளர்ந்து நிற்கிறார்கள். இப்படி, பிஞ்சிலேயே குண்டாக வளர்ந்த பிள்ளைகள் எதிர்காலத்தில் இரத்தக்கொதிப்பு, சர்க்கரை நோய், இருதய நோய் உள்ளிட்ட நாள்பட்ட நோயினால் பாதிக்கப் படுகிறார்கள் என்பதைப் பற்றிய விழிப்புணர்வு அம்மாக்களுக்கு ஏற்பட்டுவிட்டாலே, இப்படிப்பட்ட தவறான முடிவிற்கு அவர்களும் செல்லமாட்டார்கள்.

பொதுவாக, தாய்ப்பால் மட்டுமே குடித்து வளர்கிற குழந்தைகளுக்கு உடலின் தேவைக்கேற்பவே பசிக்கிறது. பசி உணர்வுக்கு ஏற்ப அழுது ஆர்ப்பாட்டம் செய்து, அம்மாவை எழுப்பி, எப்படியோ வயிறு நிரம்ப பால் குடித்துவிட்டுத்தான் கண்ணயர்கிறார்கள். குழந்தைகள், தாய்ப்பால் மட்டுமே குடித்து வளர்கையில் அவர்களிடம் இயற்கையாகவே, பசித்துப் பால் பருகக்கூடிய உணர்ச்சி நரம்புகள் நன்றாக முதிர்ச்சியடைகிறது. அதேசமயம்ம, மார்பில் குடிக்கையில் அவர்களுக்கு எவ்வளவு தேவையோ அதை மட்டுமே குடித்துவிட்டுப் பின், முகத்தைத் திருப்பிக்கொண்டு போதும் போதும் என்று கூடுதலாகப் பால் அருந்துவதைத் தவிர்த்தும் விடுகிறார்கள். இதனால் அவர்களின் தேவைக்கு அதிகமான சத்துகள் குழந்தையின் உடலுக்குள் செல்வதேயில்லை.

ஆனால், புட்டிப்பால் அருந்துகிற பிள்ளைகளைக் கவனியுங்களேன்! அட, புட்டிப்பால் அருந்துகிற என்பதைவிட, புட்டிப்பாலை கொடுக்கிற தாய்மார்களைக் கவனியுங்கள் என்றுதான் சொல்ல வேண்டும். ஏனென்றால், தாய்ப்பால் குடிப்பது என்பது குழந்தைகளின் விருப்பமாக இருந்த விசயம், இங்கே புட்டிப்பாலாக மாறும்போது அது, முழுக்க முழுக்க அம்மாவினுடைய விருப்பமாக மாறிவிடுகிறது. பிள்ளையின் பசிக்கு என்றல்ல, தூக்கம் பிடிக்காமல் அழுதால், எறும்பு கடித்து அழுதால்கூட அதற்கும் அம்மாவின் மூளையில் பதிவாகியிருக்கிற, அழுதால் பாலூட்ட வேண்டும் என்கிற புரிதல்படி, பால் டப்பாவை எடுத்து உடனே வாயிலே திணித்து விடுகிறார்கள்.

ஆக, அம்மாக்களும்கூட நாம் வைத்திருக்கிற டப்பா முழுவதிலும் இருக்கிற பாலைக் குடித்து முடித்தால்தான் பிள்ளைகளின் வயிறு நிறையும் என்று அசடாக நினைத்துக் கொள்கிறாள். அதாவது, தட்டு நிறைய சாப்பாட்டை போட்டுவிட்டு தட்டை காலி செய்தால்தான் பிள்ளைகள் வயிறாரச் சாப்பிட்டார்கள் என்று எடைபோடுவதைப் போலவே, பால் டப்பா காலியாகிற விசயத்திலும் அம்மாக்கள் தவறாகப் புரிந்துகொண்டு பாலை அதிகப்படியாக புகட்டி விடுகிறார்கள்.

இதனால், குழந்தையின் தேவைக்கு அதிகப்படியான பாலை நாம் புகட்டிவிடுகிறோம். ஏற்கெனவே, மாட்டுப்பாலில் தாய்ப்பாலைவிட அதிகப்படியான புரதச்சத்து இருக்கிறது என்பது நமக்குத் தெரியும். அதனால் அவர்களின் அத்தியாவசிய வளர்ச்சிக்குத் தேவையான சக்தியைவிடவும் கூடுதலான சத்துகள் குழந்தையின் உடலிற்குள் சென்றுவிடுகிறது. இப்படி, தேவைக்கு அதிகமாக இருக்கிற சக்தியெல்லாம் குழந்தையின் தோலுக்கு அடியிலே போய் கொழுப்பாக தேக்கிவைத்துக் கொள்கிறது. இதனால்தான், புட்டிப்பால் குடிக்கிற குழந்தைகளின் தோலுக்கடியில் கொழுப்புகள் நிறையவே படிந்து, உடல் மெருகேறி கொழுகொழு வென தோற்றம் கொள்கிறார்கள். இப்படியான கொழுப்புகள்தான், குழந்தைக்கு நல்லது கிடையாதே!

அதேசமயம், தாய்ப்பால் குடித்து வளர்கிற குழந்தைகளின் தேவைக்கேற்ப மட்டுமே பாலும் அதன் சத்துகளும் கிடைப்பதால் தாய்ப்பால் குடிக்க, நன்றாக கை கால் ஆட்டியபடி சுட்டித்தனமாக வளரவென்று பிள்ளைகளும் ஆரோக்கியமாக வளர்கிறார்கள். இதனால்தான் அவர்களின் உடலில் கொழுப்புகள் தேவையின்றி சேராமல், அதன்காரணமாக மந்தமாகியும் விடாமல் எப்போதும் அவர்களை சுறுசுறுப்பாகவே வைத்திருக்கிறது. அப்படி இல்லை யென்றால், போருக்குச் சென்று மகனை நினைத்து, 'தாய்ப்பால் குடித்து வளர்ந்தாயடா செல்வ மகனே!' என்று சொல்லியிருப்பாளா, சங்க காலத்துத் தாய்!

அதுமட்டுமல்லாமல், தாய்ப்பாலில் இருக்கிற கூட்டுச் சக்தியினால் அதன் சுவையில் மாறுபட்ட கலவையான உணர்வைக் கொடுக்கிறது. இதனால் நாக்கிலுள்ள எல்லாவகையான சுவை நரம்புகளையும் சுண்டிவிட்டு, குழந்தைக்கு ஆரோக்கியமான உணவின்மீதான ஆர்வத்தைத் தூண்டுகிறது. இதனால்தான், தாய்ப்பால் குடித்து வளர்கிற பிள்ளைகள் எதைக் கொடுத்தாலும்

'எனக்குப் பிடிக்கல' என்று ஒதுக்கிவிடாமல், கருவேப்பிலை, காய்கறி என்று தட்டின் ஓரமாய் எடுத்து வைத்துவிடாமல் எல்லாவற்றையுமே சாப்பிடுகிறார்கள். இதனால், அம்மாக்களும் 'பிள்ளை சாப்பிடவே மாட்டேங்குறானே, அவனுக்கு என்னத்ததான் கொடுத்துத் தேத்தவோ!' என்று புலம்பவேண்டிய அவசியமும் இருக்காது.

ஆனால் புட்டிப்பாலை பொறுத்தவரையில், குழந்தைகள் ஆசையாக விரும்பிக் குடிக்க வேண்டும் என்பதற்காக, செயற்கையாக இனிப்புச் சுவையோடே அதனைத் தயாரித்திருப்பார்கள். இப்படி, ஆரம்பத்திலேயே இனிப்புச் சுவைக்குப் பழகியவர்கள், நாம் கொடுக்கிற ஆரோக்கியமான உணவை தொட்டுத்தான் பார்ப்பார்களா! அவர்களோ, பாக்கெட்டுகளில் விற்கிற சாக்லேட், பிஸ்கட் என்று துரித உணவுகளை மட்டுமே வாங்கி விரும்பி உண்பவர்களாக, காய்கறிகளைச் சாப்பிடாமல் அதனை ஒதுக்குபவர்களாக வளர்ந்து நிற்கிறார்கள். இப்படியிருந்தால், குழந்தைகளின் உடலில் எடை போடாமல் வேறென்ன செய்யும்? இப்போது சொல்லுங்கள், குழந்தைகளின் உடல் பருமன் நல்லதுக்கா, என்ன!

அதேசமயம், தாய்ப்பாலில் இருக்கிற வளர்ச்சிக் காரணிகள் மற்றும் ஹார்மோன்களெல்லாம் குழந்தைகளின் வயதிற்கேற்ற வளர்ச்சிக்குக் காரணமாக இருப்பதால், புட்டிப்பால் குடித்து வளர்கிற பிள்ளைகளைப் போல தாறுமாறாக அகலமாய் வளர்ந்து நிற்பதில்லை. இதனால் தாய்மார்களும்கூட 'எங்கே, நம் பிள்ளைக்கு அதிகமாக தாய்ப்பால் கொடுத்தால் எடை போட்டுவிடுவார்களோ!' என்கிற பயத்திலேயே தயங்கித் தயங்கி பாலூட்டவேண்டிய அவசியமுமில்லை. நீங்கள் எவ்வளவு தாய்ப்பால் கொடுத்தாலும் குழந்தைகள் தங்களுக்குத் தேவையான பாலையும், அதிலுள்ள சத்துகளை மட்டுமே எடுத்துக்கொள்வார்கள் என்பதை மனதில் வைத்துக்கொள்வதுடன், நாம் விடாமல் தொடர்ந்து தாய்ப்பாலை புகட்டிக்கொண்டே இருக்கவேண்டும் என்பதையும் நன்றாகப் புரிந்துகொள்ள வேண்டும்.

ஆக, பிள்ளையை 'குண்டு', 'ஒல்லி'யென எடைபோட்டு ஆரோக்கியத்தை அளவிடுவதை விட்டுவிட்டு, தாய்ப்பால் மட்டுமே புகட்டி வளர்க்கிறபோது அவர்கள் தன்னாலே ஆரோக்கியமாகவும், சுறுசுறுப்பான சுட்டித்தனத்தோடும் வளர்வார்கள் என்பதை மட்டும் நாம் மனதிலே இருத்திவைத்துக் கொள்வோம்.

இரத்தக் கொதிப்பு மற்றும் சர்க்கரை நோய்களுக்கு எதிரான சொட்டு மருந்து

தினசரி காலையில் எழுந்து முன்வாசலில் மனைவிமார் கோலம் போட, திண்ணையில் அமர்ந்து காப்பி அருந்தியவாரே நாளிதழ் வாசித்துக்கொண்டிருந்த தம்பதியினரெல்லாம் இப்போது, புகைப்படங்களாக மட்டுமே எஞ்சியிருக்கிறார்கள். முப்பது வயதை மிஞ்சிய தம்பதியினர்கள்கூட, பனிவாடைக் காற்று அடிக்கிற அதிகாலை புலரும்முன்பே எழுந்து பார்க்குகளிலும், திறந்தவெளி மைதானங்களிலும் பிரஷரையும், சுகரையும் குறைப்பதற்காக கால்கடுக்க வேர்த்து விறுவிறுக்க நடந்தபடி இருக்கிறார்கள். இப்போதெல்லாம், வீட்டைவிட்டுச் செல்லும்போது மழையைப் பார்த்து குடையை எடுத்துச்செல்கிற வழக்கத்திற்கு மாறாக, சென்றுவருகிற நேரகாலம் பார்த்து மாத்திரை மருந்துகளை எடுத்துச் செல்லவேண்டிய நிலைக்கு நாம் இன்று தள்ளப்பட்டிருக்கிறோம்.

நாம் வாழ்கிற அன்றாட வாழ்க்கை முறையும், உணவுப் பழக்கமும் கொஞ்சம்கூட ஆரோக்கியமே இல்லாமல் போய்விட்டது. தெருக்கடைகளில் விற்கிற உணவுப் பண்டங்களில்கூட சுகர் ப்ரீ, கொழுப்பில்லாதது போன்ற விளம்பரங்களைத் தாங்கியபடியே வருகின்றன. உடல் பருமனையும், சுகரையும், இரத்தக் கொதிப்பையும் கொண்டிருக்கிற மனிதர்களை, தங்கள் வாடிக்கையாளர்களாக மாற்றுவதற்காக உடற்பயிற்சி நிலையங்கள், பேலியோ டயட், மருந்து நிறுவனங்கள் என்று போட்டிபோட்டு வாசலிலேயே காத்துக் கிடக்கின்றன. இங்கே வாழ்கிற ஒவ்வொருவருமே தாங்கள் என்றாவது இரத்தக்கொதிப்பு நோயாளியென்றோ, சுகர் நோயாளியென்றோ முத்திரை குத்தப்படலாம் என்கிற பதைபதைப்பிலேயே வாழ்ந்து கொண்டிருக்கிறார்கள்.

நம்முடைய பிள்ளைகளும் பிறந்து வளர்ந்து எதிர்காலத்திலே இரத்தக் கொதிப்பு, சர்க்கரை நோய், இருதயம் சம்பந்தப்பட்ட உயிருக்கு உலை வைக்கக்கூடிய பலவிதமான நோய்களிலிருந்து தப்பிப் பிழைத்து வாழவேண்டியிருக்கிறது. இப்படிப்பட்ட உலகத்தில்தான் நம் பிள்ளைகளை வளர்க்கவும் வேண்டியிருக்கிறது. இத்தகைய ஆபத்தான உலகில் ஆரோக்கியத்துடன் நம் பிள்ளைகளை வளர்ப்பதற்கான மந்திரபானமோ நம் கையிலேதான்

இருக்கிறது, தாய்மார்களே! ஆம், தாய்ப்பால் என்கிற மந்திர பானத்தினால் மட்டும்தான் இத்தகைய நோய்களிலிருந்து பிள்ளைகளைப் பாதுகாக்கவே முடியும்.

குழந்தைகளுக்குத் தாய்ப்பாலைப் புகட்டுகையில், அதிலிருக்கிற ஹார்மோன்கள் மற்றும் வளர்ச்சிக்குரிய சூப்பர் மூலக்கூறுகள் அவர்களின் வயதிற்குரிய வளர்ச்சியை ஊக்குவிக்கிறது. தாய்ப் பாலினால் கிடைக்கிற கொழுப்புச் சத்தும் அவர்களுக்கு அத்தியாவசியானது என்பதைத் தாண்டி, அநாவசியமாக உடம்பில் ஊளைச் சதையாகவெல்லாம் போய் சேற்றைப்போல தங்கிவிடுவதில்லை. உடம்பில் நடக்கிற வளர்ச்சிதை மாற்றங்களும், வேதியல் மாற்றங்களும் தாய்ப்பால் மட்டுமே குடிக்கிற குழந்தைகளுக்கு மிகச்சரியாக நடப்பதால் உடம்பிலுள்ள எனர்ஜியை சமநிலையிலேயே வைத்திருக்கிறது.

இத்தகைய காரணங்களால், இளம் பருவத்திலேயே உடல் பருமனாகி அதனால் எதிர்காலத்தில் சர்க்கரை, பிரஷர் நோயுள்ளவர்களாக அவதியுறாமல் இருப்பதற்கு தாய்ப்பால்தான் தடுப்பு மருந்தாக இருக்கிறது என்றால் கொஞ்சம் யோசித்துப் பாருங்களேன்! இப்படியான இரத்தக் கொதிப்பு, சர்க்கரை நோய் மற்றும் இருதய நோய்களுக்கு எதிரான சொட்டு மருந்தாகத்தான் ஆரம்பகாலத்தில் நாம் புகட்டுகிற தாய்ப்பால் செயல்படுகிறது என்பது பெரும் மகத்தான விசயம்தானே!

ஆனால் புட்டிப்பால் குடித்து வளர்கிற குழந்தைகளுக்கு அம்மாக்கள், அவர்களுக்குத் தேவையான ஊட்டச்சத்தினைவிட கூடுதலாக கொடுத்தபடியே இருப்பதாலும், ஆறு மாதத்திற்கு முன்னமே மாற்று உணவைக் கொடுக்க ஆரம்பிப்பதாலும், அவர்களின் உடலில் தேவைக்கு அதிகமாக கலோரியும், கொழுப்பும் தேங்கிவிடுகிறது. இப்படி அதிகப்படியான ஊட்டச்சத்து நிறைந்த புட்டிப்பாலைக் கொடுக்கையில் குழந்தைகளின் உடலில் இன்சுலின் போன்ற ஹார்மோன்கள் சுரந்து, அத்தகைய அதிகப்படியான சக்தியை கொழுப்பாகக் கொண்டுபோய் தொப்பையாகவும், அவர்களை குண்டுப் பிள்ளையாகவும் ஆக்கிவிடுகிறது. இதுவெல்லாம்தானே பின்னாளில் இரத்தத்திலே போய் படிந்து ஆபத்தை உருவாக்குகிறது.

தாய்ப்பாலிலே இருக்கிற சூப்பர் கொழுப்பு அமிலங்களும், ஹார்மோன்களும் குழந்தையின் உடலில் இன்சுலின் சுரப்பதை ஒழுங்குபடுத்துகிறது. இதனால் குழந்தைகளின் இரத்தத்தில்

சர்க்கரையினுடைய அளவும் கட்டுப்பாட்டுக்குள்ளேயே இருக்கிறது. இப்படி இரத்தத்தில் சர்க்கரையின் அளவும், அவர்களது எடையும் கட்டுப்பாட்டுக்குள் இருக்கிறபோது இயல்பாகவே அவர்கள் சர்க்கரை, பிரஷர் போன்ற நாள்பட்ட நோய்களுக்கு எதிரான உடலமைப்பைப் பெற்றுவிடுகிறார்கள்.

அதுமட்டுமா... அம்மாக்களின் அருகாமையிலேயே படுத்துக் கொண்டு அவர்களின் கூடுதல் அரவணைப்பிலேயே தாய்ப்பால் பருகி வளர்கிற குழந்தைகளுக்குத்தான் போதுமென்கிற அளவிற்கு தாய்ப்பால் கிடைத்துவிடுகிறதே! அதுமட்டுமல்லாமல், அம்மாவின் அருகாமையினால் நாம் பாதுகாப்பாகத்தான் இருக்கிறோம் என்கிற உணர்வோடு தூங்குவதால் குழந்தைகளுக்கு எந்த மனஅழுத்தமும் ஏற்படுவதில்லை. ஆம், குழந்தைகளுக்குமே கோபம், விரக்தி, அழுகை, மனஅழுத்தம் எல்லாமே வரும்தான். அவர்கள் பசித்து அழத் துவங்கும் முன்னரே தாய்ப்பால் கொடுத்து நாம் பழக்காத காரணத்தினாலும், அதற்காகவென்று அழுதழுது பால் கிடைக்காமல் போகிற விரக்தியாலும், அம்மாவின் அரவணைப்பு அந்தச் சமயத்தில் கிடைக்காத பதட்டத்தினாலும்தான் குழந்தைகள், மனஅழுத்தம் உள்ளவர்களாக ஆகிறார்கள் என்பதை நாம் உணர்ந்துகொள்ள வேண்டும்.

இதனால்தான் புட்டிப்பால் குடித்து வளருகிற குழந்தைகள் மனஅழுத்தம் உள்ளவர்களாக, பிடிவாதம் மிக்கவர்களாக, சொல்லுக்கு அடங்காதவர்களாக, எதற்கும் அடம்பிடித்து நினைத்ததைச் சாதிப்பவர்களாக வளர்கிறார்கள். இப்படி, குழந்தைப் பிராயந்திலேயே அவர்கள் அடத்துடன் வளருகிறார்களென்றால் இத்தகைய மனஅழுத்தமே நாள்பட்ட நோயில் கொண்டு போய் அவர்களை விட்டுவிடுமல்லவா!

தாய்மார்களே! ஒன்றை மட்டும் புரிந்துகொள்ளுங்கள். நமக்கு வயதாகி, குச்சியை ஊன்றிக்கொண்டு நடக்கிற காலத்திலும்கூட, நாம் ஊட்டி வளர்த்த தாய்ப்பாலினால் நமது பிள்ளைகளெல்லாம் நோய்நொடியின்றி என்றென்றைக்குமே பாதுகாப்பாய் இருக்கப் போகிறார்கள் என்பதைவிடவா ஒரு சிறந்த ஹெல்த் பாலிசி நம் பிள்ளைகளுக்கு நாம் போட்டுவைத்துவிடப் போகிறோம்! ஆகையால், தாய்ப்பால் மட்டும்தான் நம் குழந்தைகளின் எதிர்காலத்திற்கான ஆகச்சிறந்த முதலீடு என்பதை எப்போதுமே மறந்துவிடாதீர்கள் தாய்மார்களே!

★★★

6

கர்ப்ப காலத்திலேயே தாய்ப்பால் ஊட்டத் தயாராகுங்கள்

தாய்ப்பாலென்பது, குழந்தைகள் பிறந்த பின்னால் சுரக்கப்போவது தானே! அதற்காக நீங்கள் என்னவோ, கர்ப்பகாலத்திலேயே தாய்ப்பாலூட்டச் சொல்லி, புதிதாக ஏதேதோ பேசி, எங்களைக் குழப்புகிறீர்களே... என்று யோசிக்கிறீர்கள் அல்லவா! அப்படியானால், இந்த ஒரு விசயத்தைக் கவனியுங்கள். நாம் கர்ப்பமாயிருக்கிற காலத்தில் பாறையிலிருந்து கசிகிற நீர்ச்சுனைபோல மார்பிலிருந்து அவ்வப்போது கசிந்து வருகிற தாய்ப்பாலை நீங்களும்கூட கவனித்திருக்கக்கூடும். அப்படியிருக்கையில், பிரசவித்தவுடன் தாய்ப்பாலூட்டுவதற்கான ஆயத்த வேலைப்பாடுகளை நமது மார்பகம் கர்ப்பகாலத்திலேயே செய்யத் தயாராகிவிட்டது என்றுதானே அர்த்தமாகிறது.

பொதுவாக. தாய்ப்பால் பற்றிய பேச்சைத் துவங்கிவிட்டாலே "என்ன, தாய்ப்பாலைப் பத்தி மாசமா இருக்கும்போதே படிச்சுத் தெரிஞ்சுக்கணுமா... இப்பத்தானே எனக்கு எட்டு மாசமே ஆயிருக்கு. இதெல்லாம் கொழந்தைங்க பொறந்த பின்னாடி கேட்டுத் தெரிஞ்சுக்கிட்டா போதாதா?" என்றுதான் பெண்கள் எல்லோரும் சிந்திக்கிறார்கள். கூடவே, கர்ப்பகாலம் தொடர்பாக வெளிவருகிற புத்தகங்களில்கூட தாய்ப்பால் பற்றிய விளக்கங்களை ஒருபக்க அளவில் மட்டுமே பேசிவிட்டுக் கடந்துவிடுகிறார்களே... இதனால், தாய்ப்பால் கொடுப்பதெல்லாம் என்ன ஒரு பெரிய விசயமா, தாய்ப்பால் பற்றியெல்லாம் தனியே படித்துவேறு தெரிந்துகொள்ள வேண்டுமா? என்று, கர்ப்பவதிகளும் சாதாரணமாக நினைக்கத் துவங்கிவிட்டார்கள். ஆகவேதான், இன்று நாம் கர்ப்பகாலத்திலேயே தாய்ப்பால் புகட்டுவதன் அவசியத்தைப் புரிந்துகொள்ளவேண்டிய கட்டாயத்திற்கு வந்திருக்கிறோம்.

சமீபத்தில், திருமணமான பெண்ணொருவள் கர்ப்பமாகி யிருக்கிறாள் என்று வைத்துக் கொள்வோம். உடனே உறவினர்களும், அக்கம் பக்கத்தில் இருப்பவர்களும், ஏன், நாமும்கூட ஒன்றுகூடி

என்ன பேசிக்கொள்வோம்? "அட, இவ என்ன வயிறே இல்லாம இருக்கா, இவளுக்குப் பிள்ளை உண்டாயிருக்கா, இல்லியா?" என்று, வயிற்றையே கண்ணும் கருத்துமாக வைத்து, காதோடு காதாக மெல்ல கிசுகிசுத்துக் கொண்டிருப்போம்தானே! ஆக, இவையெல்லாமே ஒரு பெண் கர்ப்பமாகிவிட்டால், பிள்ளை வயிற்றுக்குள்தானே வளரும் என்கிற சாதாரண புரிதலின் காரணமாக வருவதுதான்.

அதேசமயத்தில், கர்ப்பத்தின் காரணமாக அந்தக் குறிப்பிட்ட பத்து மாதங்களில் உச்சந்தலையிலிருந்து உள்ளங்கால் வரையிலும் இந்த வயிற்றையும் தாண்டி ஒரு கர்ப்பவதியின் உடலிலும், மனதிலும் எவ்வளவோ மாறுதல்கள் ஏற்படுகின்றன என்பதைப் பற்றி யாரும் இங்கே பொருட்படுத்துவதில்லை. ஏன், நாமும்கூட 'வயிறு பெரிதாகிவிட்டதா, இல்லையா? அப்படி வயிறு 'தொம்'மென்று பெருத்துவிட்டால், குழந்தையும் கொழுகொழுவென வயிற்றுக்குள் வளர்ந்துவிடுவார்கள்தானே!' என்று ஒப்பீட்டளவில், பருத்த வயிற்றையும் கருவின் வயதையும் கணக்கிட்டு, ஒருவகையில் சமாதானம் செய்துகொள்கிறோம். இங்கே கருப்பையானது, பத்து மாதங்கள் குழந்தையை வயிற்றில் சுமந்து வளர்க்கிறதென்றால், பிள்ளைகள் பிறந்த பின்னால் மார்பகம்தான் ஒரு வயதிற்கும் மேலாக அவர்களை பாலூட்டிச் சீராட்டி வளர்க்கிறது என்றால், மார்பகத்திற்கும் நாம் சம அளவு கவனமாவது தரவேண்டும் அல்லவா!

கர்ப்பகாலத்தில், வயிற்றுக்கு ஈடாக சற்றுமேலே மார்பகமும் மெல்லமெல்ல பெரிதாகிக் கொண்டிருப்பதைப்பற்றி கர்ப்பவதிகள்கூட கண்டுகொள்வதில்லை. இப்படி, மார்பகத்திற்கென தனியே கவனம் கொள்ளவேண்டும் என்று மருத்துமனையில்கூட பொறுப்பாக அறிவுறுத்தப்படுவதும் இல்லையே! நமது கருப்பை நிலத்தை உழுது, கருவை அதிலே விதைத்து, நஞ்சுக்கொடியில் பாத்திகட்டி, அதற்குள் தனது ஒட்டுமொத்த குருதியையும் பாய்ச்சி, நம் பிள்ளையை போஷாக்குடன் வளர்க்கும் அந்தச் சமயத்தில், அதே இரத்தத்தை தனது மார்பிலே ஏந்தியபடி தாய்ப்பாலூட்டு வதற்கான முன்னேற்பாடுகளை மார்பகமும் துரித வேகத்தில் துவங்கியிருக்கும். ஆக, மார்பகமும்கூட நம் கர்ப்ப காலத்தின் ஓர் அங்கம்தான் என்பதை எப்போதுமே மறந்துவிடக்கூடாது.

கர்ப்பவதியாகிய நாம், நம்முடைய மார்பகங்கள் பற்றிய அடிப்படை விசயங்களில் தெள்ளத்தெளிவாக இருக்கவேண்டும்.

நாம் வயதிற்கு வந்த நாளிலிருந்து மார்பில் ஏற்படுகிற படிப்படியான மாற்றங்களை அன்றாடம் கவனித்தபடியே இருக்கவேண்டும். அப்போதுதான் கர்ப்பவதியாக பொறுப்பேற்ற பின்னால், மார்பகத்தில் ஏற்படுகிற அத்தியாவசிய மாற்றங்களைப் புரிந்துகொண்டு அதற்கேற்ப நம்மைத் தயார்படுத்திக்கொள்ள முடியும். இப்படி ஒவ்வொரு விசயங்களாக கவனித்துப் பார்த்து பிரசவத்திற்குத் தயாராகிற பட்சத்தில்தான், குழந்தை பிறந்த அடுத்த நிமிடத்திலேயே மார்பில் போட்டு பிள்ளைக்குப் பாலூட்டும் முதல் அனுபவத்தில் எவ்விதப் பதட்டமும், குழப்பமும் இல்லாமல் நிதானமாகக் கொடுக்கமுடியும். அதேசமயம், நம் பிள்ளைக்குத் தாய்ப்பாலூட்டுகிற தனிச்சுகத்தை முழுவதுமாக மகிழ்ச்சியுடன் அனுபவிக்கவும் முடியும்.

அதெல்லாம் சரி, முதலில் மார்பகம் என்றால் என்ன என்பதைப்பற்றி நாம் புரிந்து வைத்திருக்கிறோமா? பெண்களின்

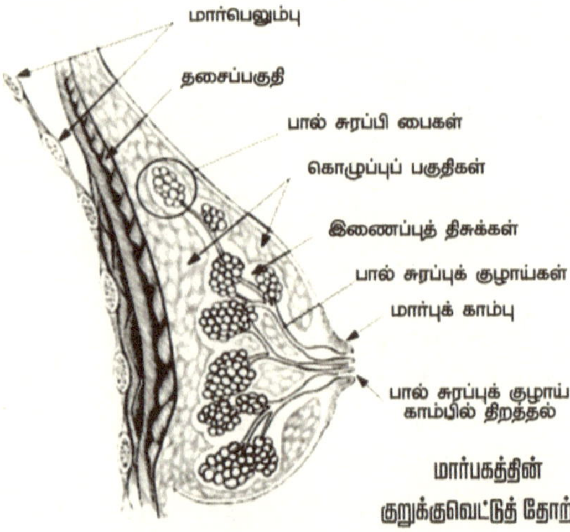

மார்பகத்தின்
குறுக்குவெட்டுத் தோற்றம்

நெஞ்சுக் கூட்டுப் பகுதியிலிருந்து இருபுறமும் துருத்திக் கொண்டிருக்கும் இரண்டு பெரிய பால்சுரப்பிகள்தானே! இந்த பால்சுரப்பியின் மேலே மென்மையான தோலினால் மூடப்பட்டிருக்கிறது, அவ்வளவுதான். அந்தத் தோலின் மையத்திலே மார்புக் காம்பும், அதைச்சுற்றி வட்டமடித்த கருமையான நிறத்தில் ஏரியோலாவும் இருக்கின்றன. இன்னும்கூட நாம் கொஞ்சம் மார்பகத்தின் உள்ளே சென்று நுண்ணோக்கியால் உற்றுக் கவனித்தோமென்றால், குட்டிக்குட்டியான பால்சுரப்பிகளெல்லாம்

திராட்சை பழக்கொத்துகளைப் போல அழகழகாகத் திரண்டிருப்பதையும் காணமுடியும்.

இந்த அனைத்து பால்சுரப்பி பைகளிலிருந்தும் உற்பத்தியாகிற தாய்ப்பாலானது நழுவி வந்து ஒரேயொரு பால்சுரப்பிக் குழாயில் சென்று திறக்குமாறு வடிகால்போல இங்கே இலாவகமாக கட்டப்பட்டிருக்கும். இப்படி இரண்டு மார்பிலுமே பத்து முதல் இருபது அடுக்குகளில் பால் சுரப்பிப் பைகள் ஒன்றாகத் திரண்டு, ஒரு பூச்சரம்போல வரிசையாகக் கோர்க்கப்பட்டிருக்கும். இந்த பால்சுரப்பிகளுக்கு இடையேயும் அதனைச் சுற்றியிலும்தான் கொழுப்புச் செல்களும் மற்ற இணைப்புத் திசுக்களும், காரைச் சாந்துபோல மொழுகிப் பூசியபடி மார்பகத்திற்கு ஒரு கச்சிதமான வடிவத்தை அளித்துக் கொண்டிருக்கும்.

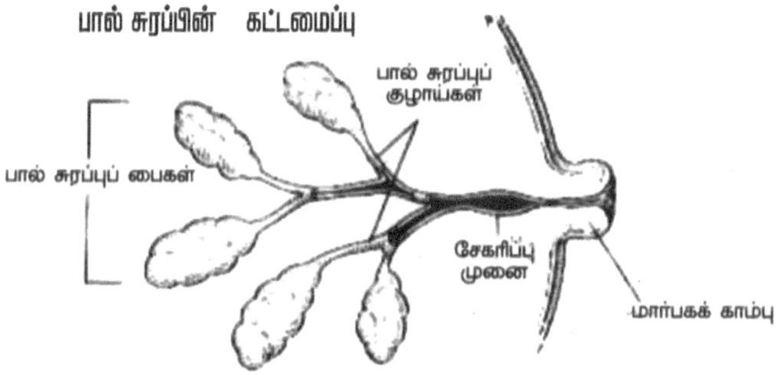

படம்-8 - பால்சுரப்பின் கட்டமைப்பு -

இப்படியாக, கர்ப்பகாலத்தின் நாட்கள் செல்லச்செல்ல மார்பகத்தின் பால்சுரப்பிகளெல்லாம் தடித்து, அளவிலே கொஞ்சம் கொஞ்சமாக பெரிதாகின்றன. அதிலிருந்து சுரக்கிற தாய்ப்பாலை சுமந்துசெல்கிற சிறியது முதல் பெரியது வரையிலான பால்சுரப்பிக் குழாய்களும் நன்றாக இளகிக்கொடுத்து விரிந்து கொள்கின்றன. இதனால் தாய்ப்பாலும் தங்குதடையின்றி காம்பு வரையிலும் எளிதாக வெளியேறிவிட முடிகிறது. மார்பக உள்ளடுக்குகளிலும்கூட நாளுக்குநாள் அதிகப்படியான கொழுப்புகள் வந்து படிந்த வண்ணமாகவே இருக்கின்றன. இப்படியாக, வயிற்றுக்கு ஈடாக மார்பகமும் தன்னை நிதானமாக கர்ப்பகாலத்தில் நிறைத்துக் கொள்கிறது. என்ன ஒரு வித்தியாசம், இங்கே கர்ப்பம் பிள்ளையால் நிறைகிறது என்றால், மார்பகம் தன்னை கொழுப்பால் நிறைத்துக் கொள்கிறது, அவ்வளவுதான்.

சரி, இப்போது தாய்மார்களிடையே இருக்கிற ஒரு இயல்பான சந்தேகத்தைப்பற்றி விவாதிப்போமே... அதாவது, சிறிய மார்பகம் என்றால் அதிலே குறைவான அளவு தாய்ப்பாலும், பெரிய மார்பகம் என்றால் அதிலே அதிகப்படியான தாய்ப்பாலுமாக வித்தியமாசப்பட்டு ஒரு மார்பின் அளவை வைத்துச் சுரக்குமா என்ன? அப்படியென்றால், அளவிலே பெரிய மார்பகமாக இருக்கிற பக்கமாகவே பாலூட்டினால் பிள்ளைகளும் ஒருவழியாக நன்றாகக் குடித்துத் தேறிவிடுவார்கள்தானே! என்ற கேள்வியும் குழப்பமுமாகத்தான் தாய்மார்கள் பலரும் இருக்கிறார்கள்.

பொதுவாக, ஒரு மார்பகம் முழுமையும் எடுத்துக்கொண்டால் அதன் 20 சதவீத பகுதிகள் மட்டுமே பால்சுரப்பிகளாக இருக்கும். மீதமுள்ள 80 சதவீத பகுதி வெறுமனே கொழுப்புகளாலும், இதர சாதுவான திசுக்களாலும் நிறைந்திருக்கும். இப்போது நாம் விளங்கிக்கொள்ள வேண்டியது என்னவென்றால், எல்லாப் பெண்களுக்கும் மார்பிலுள்ள பால்சுரப்பிகளின் அளவும், எண்ணிக்கையும் 20 சதவீதம் என்பதாக ஒரேபோலத்தான் இருக்கும். ஆனால் நாம் சொல்லுகிற மாதிரியான சிறிய மார்பகம், பெரிய மார்பகம் என்கிற அளவுகோலெல்லாம் அதிலே சேகரமாகிற மீதமிருக்கிற 80 சதவீத இதர கொழுப்புகளின் எண்ணிக்கையை வைத்துத்தானே தவிர, பால்சுரப்பிகளினுடைய அளவையோ, எண்ணிக்கையோ பொறுத்தது அல்ல என்பதைப் புரிந்துகொண்டாலே இனி, நாம் எப்போதுமே மார்பகத்தின் அளவைப்பற்றி கவலைப்படவே மாட்டோம்.

நம் மார்பிலுள்ள பால்சுரப்பிகள்தான், தாய்ப்பால் சுரக்கிற அத்தியாவசியமான வேலையைச் செய்கின்றன. இதில் கொழுப்புகளின் பணி என்பதோ, சார்ஜ் ஏற்றிவைத்துக் கொள்கிற அவசரகால பேட்டரி போலத்தான். அதாவது, குழந்தைகள் பிறந்த பின்பாக, அம்மாக்களின் உடல் பலவீனமாகி, நலிவுற்று சரியாகச் சாப்பிடக்கூட முடியாமல் இருக்கிற சமயத்தில், பிள்ளைக்குத் தாய்ப்பாலூட்டுவதற்குத் தேவையான சக்தியை இத்தகைய கொழுப்புகள்தான் பெருந்தன்மையாக வாரி வழங்குகின்றன. இப்படி, கர்ப்பகால முன்தயாரிப்பு வேலையாக கொழுப்புகளை உடம்பிலே சேகரமாக்கிக்கொள்வது நம் மார்பில் மட்டுமல்ல; தொடையிலும், புட்டங்களிலும்கூட நடந்து கொண்டுதான் இருக்கிறது. ஆக, தாய்ப்பால் சுரத்தலுக்கான பணியில் இத்தகைய கொழுப்புகளுக்கு வேறு எந்தப் பங்கீடுமே இல்லை என்பது

தெள்ளத்தெளிவாகிறது அல்லவா! ஆக, மார்பகத்தின் அளவு சிறியதாக இருந்தாலும்கூட அதிலிருக்கிற பால்சுரப்பின் தயவால் தாய்ப்பால் நன்றாகச் சுரக்கத்தான் செய்யும் என்பதை இங்கே தெளிவாகப் புரிந்துகொள்வோம்.

மேலும் கர்ப்பவதிக்கு, கர்ப்பகாலத்தில் மார்பகம் இப்படி 'திம்'மென்று வளர்ந்துகொண்டே போவதால், நெஞ்சுக்கூட்டில் பாரமாவதைப் போன்ற உணர்வு ஏற்படும். ஏதோ, காலியான மார்பகத்தை கர்ப்பம் வந்து நிறைத்துவிட்டதைப் போலத் தோன்றும். இப்படி, பெரிதாகிற மார்பகமும்கூட இரண்டுபக்கமும் ஒரேமாதிரியாக இருப்பதில்லையே! ஒரு மார்பகம் பெரியதாகவும், இன்னொன்று சிறியதாகவும், ஏன் பார்ப்பதற்கு இரண்டு புறத்திலும் ஏற்றம் இறக்கமுமாகக்கூட தெரியலாம். அதற்காக நிலைக்கண்ணாடியில் மார்பைப் பார்த்துக்கொண்டே 'பெரியதாக இருக்கிற மார்பில்தானே தாய்ப்பால் நன்றாகச் சுரக்கும். எனவே, அதில் மட்டும்தான் நான் முழுக்க பிள்ளைக்குப் பாலூட்டப் போறேன்' என்று தவறுதலாக எண்ணிவிடக்கூடாது. மார்பின் அளவை வைத்தும், வடிவத்தை வைத்தும் மட்டுமே தாய்ப்பால் சுரப்பதில்லை என்பதை ஒவ்வொரு கர்ப்பிணிப் பெண்களும் கட்டாயம் தெரிந்துவைத்திருக்க வேண்டும்.

அடுத்ததாக, அடிக்கடி மார்பகத்தின் உள்ளே 'சுருக், சுருக்'கென்று மின்னல் வெட்டுவதைப் போன்ற உணர்வு ஏற்படும். சிலநேரங்களில், சொல்லவே முடியாத அளவிற்கு மார்பிலே வலியும் வேதனையும்கூட வாட்டி வதைக்கும். அடடா, என்னவென்று மேலோட்டமாக தொட்டுப் பார்த்தாலே குழந்தையின் சிரித்த கன்னங்களைப் போல தொம்மென்று இருக்கும். இவையெல்லாமே, கர்ப்பகால ஹார்மோன்களின் தூண்டுதலால் மார்பினுள்ளே இருக்கிற சிறிய செல்களும், மெல்லிய தசைகளும் தளர்ந்து இளகிக்கொடுப்பதாலும், அதற்கேற்ப இரத்தக்குழாய்களில் காட்டாற்று வெள்ளப் பாய்ச்சலோடு புரளுகிற குருதியின் ஓட்டத்தினாலும்தான் ஏற்படுகிறது என்பதைப் புரிந்துகொண்டாலே நாம் வீணாக அச்சப்பட வேண்டியதில்லை. மேலும், ஒரு தொட்டாற்சிணுங்கி செடியைப் போல கர்ப்பகால பெண்ணின் உடல் எதற்கெடுத்தாலும் உணர்ச்சித் தூண்டலுடனே இருப்பதால், நமது மார்பை இலேசாகத் தொட்டாலே நரம்புத் தூண்டலாகி வலியும், கூச்சமும், அழுத்தமும் இன்னும்கூட அதிகமாகவே இருக்கும்.

ஒருவேளை நீங்கள் குளிக்கிறபோதோ, அலங்காரம் செய்ய கண்ணாடியின்முன் நிற்கிறபோதோ மார்பகத்தைப் பார்க்க நேர்ந்தால், அதனது தோலின் நிற மாற்றத்தைக்கூட தெளிவாகக் காணமுடியும். நல்ல மாநிறமாக இருப்பவர்களுக்கு தோலின் நிறம் கொஞ்சம் வெளுத்த நீலம் படிந்திருப்பதைப் போலத் தெரியும். அதைப் பார்த்தவுடன் என்னவோ, ஏதோவென்று பயப்பட வேண்டியதில்லை. மார்பின் தோலிற்குக்கீழே ஓடுகிற மெலிசான ரத்தக் குழாய்களெல்லாம் விரிவடைந்து, அதிலே இரத்தஓட்டம் அதிகரிப்பதால், அத்தகைய இரத்தம் மற்றும் இரத்தக்குழாய்களின் நிறமே மார்பகத்தை வண்ணங்களாக, வெளுத்த ஒன்றாக மாற்றியிருக்கிறது என்பதைப் புரிந்துகொண்டால் போதுமானது. இப்படி, மார்பகத்தின் ஒவ்வொரு மாற்றங்களையும் கவனிக்கிறபோது, இதை எவ்வளவு அக்கறையோடு நாம் பார்த்துக்கொள்ள வேண்டியிருக்கிறது என்று புரியவரும்.

பொதுவாக, இரண்டு மார்பகங்களின் மையத்திலும் காம்பானது, விரல் நுனியைப்போல துருத்திக் கொண்டிருக்கும். இந்தக் காம்புகளும்கூட, கர்ப்பகாலத்திலே அளவில் பெரிதாகி தடித்துக் கொள்கிறது, புடைத்துக்கொண்டு நிமிர்ந்து நிற்கிறது, நன்கு நிறமேறி அடர்ந்த கருப்பாகத் தோற்றமளிக்கிறது. இந்தக் காம்பின் மையத்தில்தான் தோட்டச் செடிகளுக்கு தண்ணீரைப் பாய்ச்சுவதைப் போல பால்சுரப்பிக் குழாய்கள் மொத்தமாக வந்து திறந்துகொண்டு தாய்ப்பாலை வெளியேற்றுகின்றன. நம் குழந்தைகளுக்குத் தாய்ப்பாலூட்டுகையில் மார்பைப் பற்றியபடி அவர்கள் சவைத்துக் குடிக்கும்போது, இந்த நுண் துளைகளின் வழியாகத்தான் தாய்ப்பாலும் சுரந்து மெதுமெதுவாக வெளியேறுகிறது.

இன்னும் கூடுதலாக, காம்பைச் சுற்றி இருக்கிற ஏரியோலா என்கிற சிறிய வட்டமான பகுதியானது, இப்போது படர்ந்து இரண்டு மடங்கு பெரிதாகிறது. இந்த அடர் நிறத்திலான கருத்த வட்டமான பகுதியில் இப்போது குட்டிக்குட்டி முகப் பருக்களைப் போல கொஞ்சமாக துருத்த ஆரம்பித்திருக்கும். உடனே அதைப் பார்த்துவிட்டு, “அச்சச்சோ! காம்பெல்லாம் புண்ணாயிடுச்சே” என்று அச்சப்பட வேண்டாம். இத்தகைய பருக்கள் எல்லாமே, உங்களது கர்ப்பத்தின் விளைவாக ஹார்மோன்களால் மாற்றமடைந்த வியர்வைச் சுரப்பிகள்தான், தாய்மார்களே! மேலும் இதிலிருந்து சுரக்கிற எண்ணெய் பிசுபிசுப்புடைய இயற்கையான களிம்புகள், மார்புக் காம்பினை சுத்தமாகவும், உராய்வுத்தன்மை இல்லாமலும்

வைத்துக்கொள்ள உதவுகிறது. இன்னும்கூட சொல்லப்போனால், இத்தகைய ஏற்பாட்டால்தான் கிருமித்தொற்றுகள் மார்பில் ஏற்படுவதுகூட தடுக்கப்படுகிறது.

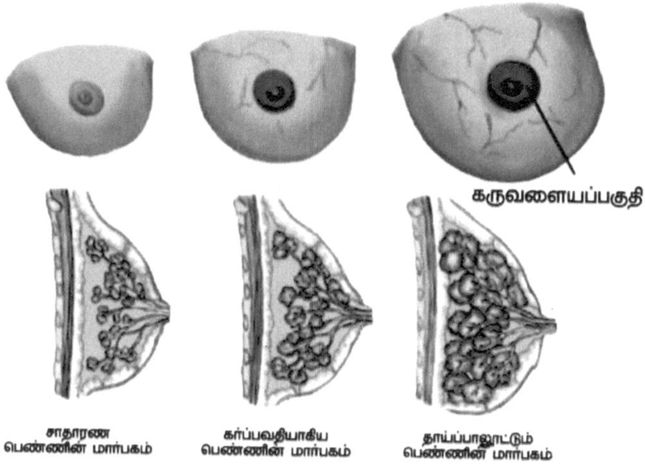

அதுமட்டுமா சங்கதி! ஏரியோலாவின் பருவிலிருந்து வெளியேறுகிற குறிப்பிட்ட செக்கு எண்ணெய் போன்றதொரு வேதிப்பொருளானது, குழந்தையை தாய்ப்பால் குடிக்கச்சொல்லி நறுமணத்தோடு கவர்ந்து ஈர்க்கிற வேலையை மெனக்கெட்டுச் செய்கிறது. இப்படியாக, காம்புகள் பெரிதாகுவது, அடர்ந்த நிறத்தில் தோற்றமளிப்பது, ஏரியோலாவும் கூடுதலாகப் படர்ந்து கொள்வது, அதிலே எண்ணெய் சுரப்பது உள்ளிட்ட மாற்றங்கள் எல்லாமே, பிறந்த குழந்தையின் மங்கலாகத் தெரிகிற பார்வைக்கு எளிதில் காண்கிறபடியும், காம்பிலே சென்று அவர்களது வாயைச் சரியாகப் பொருத்திக்கொண்டு பசியாறுவதற்கும்தான் என்பதைப் புரிந்துகொண்டாலே, மார்பகத்தின் இயல்பான மாற்றங்களுக்கெல்லாம் நாம் அச்சப்பட வேண்டியதிருக்காது அல்லவா! மேலும் இத்தகைய மாறுதல்களால், குழந்தைகளும்கூட எந்தச் சிரமமுமின்றி எளிதாக தாய்ப்பாலை விரும்பிக் குடிக்கவும் செய்கிறார்கள்.

மேலும், காம்பைச் சுற்றிய ஏரியோலா பகுதியில் பல்லாயிரக்கணக்கான உணர்ச்சி நரம்புகள் அதிகரித்து, அவையெல்லாம் ஒன்றோடொன்று பின்னிப்பிணைந்து அங்கேயே ஒரு வலைப்பின்னலை உருவாக்குகின்றன. இத்தகைய

நெட்வொர்க்கினால்தான் குழந்தைகள் காம்பிலே வாய் வைத்தவுடன் அதனால் ஏற்படுகிற நுண்ணிய அழுத்தத்தையும், நுட்பமான தொடுதல் உணர்வையும் எடுத்துக்கொண்டு மூளைக்குப் போய் தாய்ப்பால் சுரக்கவேண்டும் என்கிற அன்புக் கட்டளையை உடனே பிறப்பிக்கச் செய்கிறது.

சரி, இப்படி கர்ப்பகாலத்தில் மார்பகம் மாற்றத்தைச் சந்திப்பதெல்லாமே இருக்கட்டும். அதற்காகவென்று கர்ப்பவதிகள் தங்களை, கர்ப்பகாலத்திலே தயார் செய்துகொள்ள வேண்டுமல்லவா! ஏனென்றால், கர்ப்பமாகியவுடன் பெண்களின் உடல் முழுக்கவே முற்றிலும் பிள்ளைக்காக மாறிவிடுகிறதே! அதோடு சேர்த்தே, மார்பகத்தின் அளவும்கூட மாறிவிடுகிறது என்பதையும் இப்போது புரிந்துகொண்டோம். ஆக, கர்ப்பகாலத்திலேயே உடலுக்கேற்ப ஆடைகளையும், உள்ளாடைகளையும் தேர்வு செய்யவேண்டிய கட்டாயம் நமக்கு வந்துவிடுகிறது.

பொதுவாக, இப்போதெல்லாம் கர்ப்பவதிகள் வீட்டைவிட்டு வெளியேறும்போதும், மருத்துவமனை பரிசோதனைக்காகச் செல்கிறபோதும் சுடிதாரிலேயே செல்கிறார்கள். சுடிதார் என்பது, கர்ப்பகாலத்திற்குப் பொருத்தமில்லாத ஆடையென்று மருத்துவ மனையில் அடிக்கடி சொல்வதைக் கேட்கிறோம் அல்லவா! அதாவது, தினந்தோறும் பெரிதாகும் வயிற்றுக்கு ஏற்ப சுடிதாரினால் தொடர்ந்து இளகிக்கொடுக்க முடியாது. நாமும்கூட எப்படித்தான் சுடிதாரை அளவு பார்த்து வாங்கி அணிந்துகொண்டாலும், ஏதாவதொரு பக்கமாக தொடையிலோ, இடுப்பிலோ, மார்பளவிலோ இறுக்கமாக பிடித்துக்கொள்ளத்தானே செய்கிறது. நாமும் இதற்காகவென்று அடிக்கடி ஒவ்வொரு மாதமும் போய் சுடிதாரை தைத்துக்கொண்டிருக்க முடியுமா என்ன?

அதோடு, மருத்துவமனையின் கர்ப்பகால பரிசோதனைக்குச் செல்கையில் அடிவயிற்றில் கைவைத்து, கர்ப்பப்பை பரிசோதனை செய்வதற்கு மருத்துவர்களுக்குமே இப்படி சுடிதாரை கட்டிக்கொண்டிருப்பது மிகுந்த சிரமமாகத்தான் இருக்கும். சுடிதார் போன்ற நெருக்கமாக ஆடைகளை அணிவதால், கர்ப்பகாலத்தில் உடலும் இறுக்கமாகி, இயல்பாக மூச்சுவிடுவதைக்கூட அது சிரமப்படுத்தவே செய்கிறது. மேலும் சுடிதார் நாடாவை அடிவயிற்றில் போட்டு இறுக முடிச்சிட்டுக் கொள்வதால் தொடைப்பகுதியில் உஷ்ணம் அதிகமாகி, அதனால் நாடா கட்டிய பகுதிகள் மற்றும்

தொடைப் பகுதிகளில் கிருமித்தொற்று ஏற்படவும் வாய்ப்பிருக்கிறதே!

ஆனால் சேலை கட்டுவதென்பது அப்படியல்ல. வயிறு எந்தளவிற்குப் பெரிதாகிறதோ, அதற்கேற்ப சேலையைத் தளர்த்திக் கொண்டு மேலே நெஞ்சுக்கூடு வரை ஏற்றிக்கொள்ளவும் முடியும். இதனால் மூச்சுவிடவோ, வயிற்றை இளகிக் கொடுக்கவோ எந்தச் சிரமமும் இருக்காது. மருத்துவர்களுக்கும் கைவைத்துப் பரிசோதிப்பதற்கு மிக எளிதாகவே இருக்கும். இதனால்தான் கர்ப்பவதிகள் வெளியே செல்கையில், சேலையைப் பயன்படுத்திக்கொள்வதே நல்லது என்று மருத்துவர்கள் அறிவுறுத்துகிறார்கள். அதேசமயம், வீட்டில் இருக்கிறபோது அவரவர் சௌகரியத்திற்கேற்ப தளர்வான நைட்டியாக அணிந்துகொள்ள வேண்டியதுதான்.

தற்போது இவை அத்தனைக்கும் தீர்வாக பெண்கள், தங்களது சௌகரியத்திற்கேற்ற சுடிதாரை கொஞ்சம் தளர்வாக தைக்கச்சொல்லி கேட்டு வாங்கிக்கொள்கிறார்கள். அப்படியும் இல்லையென்றால், கடையிலேயே தங்களுக்கென சேரக்கூடிய அளவைவிட இன்னும் சற்றுக் கூடுதலான அளவிலே சுடிதாரை ரெடிமேடாக வாங்கிப் போட்டுக்கொள்ளவும் செய்கிறார்கள். மேலும், உடலை இறுக்காத, மிகவும் இலகுத்தன்மையுடைய மார்புப் பகுதியிலிருந்து குடைபோல விரியக்கூடிய நவீன சுடிதார் மாடல்களும் வந்துவிட்டன. கர்ப்பகாலத்திற்கென்றே வடிவமைக்கப்படுகிற ஆடைகளும் இப்போது, புத்தம்புதிதாய் வந்த வண்ணமாக இருக்கின்றன. ஆதலால் நாம் கவனிக்கவேண்டிய விசயமெல்லாம் பருத்தித் துணியிலான, இறுக்கமில்லாத, மென்மையான, இசையும் தன்மையுள்ள ஆடைகளாகத் தேர்வுகொள்ள வேண்டுமென்பதுதான். ஆக, எது எப்படியோ, கர்ப்பகாலத்தில் உங்களுக்கும், வயிற்றில் வளர்கிற உங்கள் கருவிற்கும் ஏற்றவகையில், சௌகரியமான ஆடைகளைத் தேர்வுசெய்து அணிந்துகொள்வதே நல்லது.

இவை எல்லாவற்றையும்விட மிக முக்கியமாகக் கவனிக்க வேண்டியது, உள்ளாடைகளைப் பற்றிதான். ஏனென்றால், மார்பகமும் அளவிலே பெரிதாகியபடியே இருப்பதால், எப்போதும் அணிகிற அளவைவிட கூடுதல் அளவில் உள்ளாடைகளை வாங்கி அணியவேண்டியிருக்கிறது. அப்படி அணிகிற உள்ளாடைகள் இறுக்கமாகயில்லாமல் கொஞ்சம் தளர்வானதாக, பருத்தியால் ஆனதாகவும் இருக்கவேண்டியிருக்கிறது. இப்படி, பொருத்தமான அளவில் உள்ளாடைகள் வாங்கி அணிகிறபோதுதான் பிரசவத்திற்குப்

பின்பாக ஏற்படுகிற மார்பகம் தளர்வடைதல் போன்ற பிரச்சினைகள் ஏதும் பெண்களுக்கு வருவதில்லை. இதனால் மார்பகம் மீண்டும் பழைய வடிவத்தைப் பெறுவதும் எளிதாகிறது.

அடுத்ததாக, மார்புக்காம்பில் சுரக்கிற சீம்பால் போன்ற நீரையும், ஏரியோலா பகுதியில் சுரக்கிற பிசுபிசுப்பான எண்ணெயையும் தினசரி குளிக்கும்போதோ அல்லது தனியே மிதமான சூட்டில் தண்ணீரை வத்தோ சுத்தம்செய்து, எப்போதும் மார்பகப்பகுதியை உலர்வாகவே வைத்துக்கொள்ள வேண்டும். காம்புகளை அதிகமாகத் தேய்ப்பதோ, சோப்பு உள்ளிட்ட தேவையில்லாத களிம்பை அவற்றின்மீது பயன்படுத்துவதையோ தவிர்த்துவிடுவது நல்லது. ஏனென்றால், அது காம்பைச் சுற்றிய தோலை சேதப்படுத்துவதுடன் பாதுகாப்பு தருகிற எண்ணெயையும் துடைத்தெடுத்து, தொற்றுநோய் ஏற்படுவதற்கு வழிவகுத்துவிடுகிறது.

இப்படி கர்ப்பிணிப் பெண்களுக்கு ஏதுவான ஆடைகள் மற்றும் உள்ளாடைகளை அணியாமல் இருந்தாலோ, மார்பகத்தில் சுரக்கிற பிசுபிசுப்பை தினசரி சுத்தம் செய்யாமல் போனாலோ மார்பகத்தில் தொடர்ச்சியாக உராய்வு ஏற்பட்டு அங்கங்கே அரிப்பு ஏற்படலாம். காம்பில் வெடிப்புடன் கூடிய பிளவு ஏற்படலாம். அதில் நுண்கிருமிகள் வந்து தொற்றிக்கொண்டு புண்ணை உண்டாக்கலாம். இப்படி உண்டாகிற புண்ணால் காம்புகள் தழும்பேறி மார்பகத்தினுள் உள்ளிழுத்து புதைந்துவிடவும் வாய்ப்பிருக்கிறது. இதனால் குழந்தைகள் பிறந்தவுடனே மார்புக் காம்பை சரியாக கவ்விப் பிடித்து தாய்ப்பால் குடிக்கமுடியாமல் போய்விடவும் வாய்ப்பிருக்கிறது. ஆம், அவர்கள் காம்பை கவ்விப் பிடித்தால்தானே நரம்புத் தூண்டலின்வழியே தாய்ப்பால் சுரத்தலை அது மூளைக்குச் சென்று துரிதப்படுத்தவே முடியும்! இதனால் பசிக்கு அழுகிற பிள்ளைக்கு, தாய்ப்பால் கொடுக்க முடியவில்லையே என்று தாயும், என்னதான் தேடிப்பிடித்து காம்பைச் சுவைத்தாலும் பசிக்குப் பால் சுரக்கவில்லையே என்று குழந்தையும் அவதியுற வேண்டியிருக்காது.

எனவேதான் தாய்மார்களே! குளிக்கையில் உங்களுடைய மார்பினை கவனமாகப் பார்க்கச்சொல்லி செவிலியர்களும் அடிக்கடி அறிவுறுத்துகிறார்கள். மார்புக்காம்புகள் சரியாக வெளியே துருத்திக்கொண்டு இருக்கிறதா? காம்பின் மேலே ஏதேனும் காயம் தென்படுகிறதா? மார்பின் மேலே தொட்டுப் பார்த்து மேடிட்ட

இடத்தைப்போல ஏதேனும் கட்டியை உணரமுடிகிறதா? என்று உன்னிப்பாக பரிசோதித்துக் கொள்வதும் மிக முக்கியமானது. ஆக, ஒவ்வொருமுறை மார்பகப் பரிசோதனையின்போதும் காம்பைப் பிடித்து நன்றாக வெளியே எடுத்துவிட வேண்டும். அப்படியும் ஒருவேளை, மார்பகப் பகுதியில் ஏதேனும் அறிகுறிகள் தென்பட்டால் உடனே மகப்பேறு மருத்துவரிடம் சென்று அதற்கேற்ப ஆலோசனைகளைப் பெற்றுக்கொள்வதே நல்லது.

இப்போது தாய்ப்பாலைப் பற்றி சுருங்கச் சொல்ல வேண்டுமென்றால், இது நம் தாயவளின் குருதியைக் கடைந்தெடுத்து சுண்டத் தயாரித்த இயற்கையான அமுதம் அல்லவா! இந்த அமுதச்சுவை முழுவதுமாக உருப்பெறுவதற்கு கர்ப்பகாலத்திலேயே கர்ப்பவதி நன்றாகச் சாப்பிட்டு உடலில் இரத்தம் ஏறுகிற அளவிற்குத் தெம்பாக வைத்துக்கொண்டால்தானே முடியும்! அத்தோடு, குழந்தைகள் பிறந்த பின்பாக தாய்ப்பாலும்கூட நிறைவாகச் சுரக்கும்! நம் கிராமத்தில் பாட்டிமார்கள்கூட கர்ப்பவதிகள் நிறையச் சாப்பிட வேண்டுமென்று பொத்தாம்பொதுவாக அறிவுறுத்துவார்கள். அதற்கு உண்மையான அர்த்தம் என்னவோ, கர்ப்பவதிகள் நிறைய சாப்பாடு சாப்பிட வேண்டும் என்பதல்ல, நிறைவான சத்துடைய ஆகாரங்களை தேடிப்பிடித்து சாப்பிட வேண்டும் என்பதே அது. ஆக, இப்போது புரிகிறதா, கர்ப்பகாலத்திலேயே தாய்ப்பால் ஊட்டுவதற்கு கர்ப்பிணிகள் ஏன் அவசியமாகத் தயாராகவேண்டும் என்று!

மேலும் கர்ப்பவதியான காலத்தில், கர்ப்பத்தால் நமக்கு உண்டாகிற அசௌகரியங்களுக்கும், நம் பிள்ளையின் ஆரோக்கியத்தைப் பற்றி அறிந்துகொள்வதற்குமாக மாதாமாதம் பரிசோதனைக்கு மருத்துவமனை சென்றுவருகிறோம் அல்லவா! ஆனால் அவ்வாறு மருத்துவமனைக்குச் செல்கையில் கர்ப்பவதிகளெல்லாம் ஏதோ ஒருவிதமான நோயாளிகளின் மனநிலையோடுதான் செல்கிறார்கள். மருத்துவமனைகள் என்றாலே நோயாளிகள் வந்துபோகிற இடம்தானே! என்றுதான் நாமும்கூட புரிந்துவைத்திருக்கிறோம். நம் பெண்கள் கர்ப்பமாகி பரிசோதனைக்குச் செல்வதோ, பிரசவித்து பிள்ளை பெற்றுக்கொள்வதோகூட ஏதோ, நோய்க்காக சிகிச்சை பெற்றுக்கொள்வதைப் போலத்தான் நாமும் நடந்துகொள்கிறோம். நாம் கர்ப்பம் தரிப்பதும், பிள்ளைப்பேறு காண்பதும் எல்லாமே

வெகுஇயல்பானதும் இயற்கையானதுமான ஒன்று. நம் தாயும் சேயும் பரிபூரண நலம்பெற்று பிரசவகால சிக்கல்களையெல்லாம் ஆரோக்கியத்தோடு கடந்துவருவதற்காகத்தான் நாம் மருத்துவ மனைக்குச் செல்கிறோமே தவிர, நோய்க்கான சிகிச்சை என்கிற அடிப்படையில் அல்ல என்பதை நாம் ஆரம்பத்திலேயே விளங்கிக் கொள்ள வேண்டும்.

அதேசமயம், நம்மையும் கருவாகிய நம் பிள்ளையும் மருத்துவரிடம் பரிசோதிப்பது, அதற்குச் சிகிச்சை பெறுவது என்பதோடு மட்டுமில்லாமல், நமது கர்ப்பகால சந்தேகங்களைப் பற்றியும் மருத்துவர்கள் மற்றும் செவிலியர்களிடம் கேட்டுத் தெளிந்துகொள்ள வேண்டும். மேலும், மகப்பேறு ஆலோசனைக்கென்றே இருக்கிற தனி ஆலோசகர்களிடம், ஆற அமர உட்கார்ந்து நம் பிள்ளையின் கருவளர்ச்சியைப் பற்றியும் அவர்களது ஆரோக்கியத்தையும் கேட்டுத் தெரிந்துகொள்வதோடு, மிக முக்கியமாக பிரசவத்திற்குப் பின்னால் தாய்ப்பாலூட்டுவதற்குத் தயாராக வேண்டிய அடிப்படையான விஷயங்களைப் பற்றியும் விலாவாரியாக கேட்டுத் தெளிந்துகொள்ள வேண்டும்.

ஒருவழியாக, பிரவச தேதி நெருங்கி பிரசவித்தவுடன், அடுத்தகணமே குழந்தைகளுக்கு பசியால் தாய்ப்பால் குடிப்பதற்கான தூண்டுதல் உடனே ஏற்பட்டுவிடும். இதனால் பிரசவித்த அடுத்த நிமிடத்திலிருந்தே பிள்ளைக்குத் தாய்ப்பாலூட்டச் சொல்லி செவிலியர்களும் அவசர அவசரமாக அறிவுறுத்திக்கொண்டே இருப்பார்கள். ஏனென்றால், பிறந்தவுடனே அவர்கள் உயிர் வாழ்வதற்கு முற்றிலும் தாய்ப்பாலை மட்டுமே சார்ந்திருப்பதால், உயிர் வாழ்வதற்கான வேட்கையில் அவர்கள் அழுதழுது தாய்ப்பாலை கேட்டுப் பசியாறத் துவங்கிவிடுவார்கள். தாய்மார்களும் அவர்களின் பசியுணர்ந்து, அதற்கேற்ப மார்பில் போட்டு உடனுக்குடன் அமர்த்தி தூங்கவைத்தால்தான் பிள்ளைகளும்கூட நன்றாகத் தேறிவருவார்கள். அப்படி இல்லையென்றால், அவர்களுக்குச் சரியான தாய்ப்பால் கிடைக்காமல் போய், அவர்களின் உடலில் சர்க்கரை அளவு குறைவதால் எப்போதும் சோர்வுடன் இருத்தல், மூளைக்குச் சரியான ஊட்டம் இல்லாமல் வலிப்பு ஏற்படுதல் போன்ற தொந்தரவுகள் வருவதற்கும் வாய்ப்பிருக்கிறது.

பிரச்சினை என்னவென்றால், அப்போது செவிலியர்களால் பரபரப்போடு சொல்லப்படுகிற அறிவுரைகளையெல்லாம்

கேட்டுப் புரிந்துகொண்டு தாய்ப்பால் புகட்டுவது என்பது, பிரசவ களைப்பில் அயர்ச்சியோடு படுத்திருக்கிற ஒரு தாய்க்கு மிகுந்த சிரமமாகத்தான் இருக்கும். பிரசவித்த அயர்ச்சி, அது உண்டாக்குகிற மயக்கம், கசக்கிப் பிழிந்து பிள்ளையை வெளித்தள்ளிய உடலின் வேதனை, பிரசவிப்பதற்கு முன்னாலும் பின்னாலும் சட்டென்று மாறுபடுகிற ஹார்மோன்களுக்கு ஏற்ப தாயவளின் மூளையில் உண்டாகிற குழப்பமான மனநிலை ஆகியவற்றால், கர்ப்பவதிகளாலும் இயல்பாக குழந்தையைத் தூக்கி பொறுமையாகப் பாலூட்ட முடியாது. ஆக, அப்பேர்ப்பட்ட சூழலில்தான் தாயவள், தன் பிள்ளைக்கு நிதானமாக தாய்ப்பாலூட்ட வேண்டுமென்றால் அவளது கர்ப்ப காலத்திலிருந்தே தாய்ப்பால் என்றால் என்ன? அது எப்படிச் சுரக்கும்? குழந்தைக்கு எப்படியெல்லாம் புகட்டுவது? என்பதைப் பற்றியெல்லாம் நன்றாகத் தெரிந்துவைத்திருந்தால்தானே முடியும்!

இதற்குத்தான், தாய்ப்பால் பற்றிய விவரங்களை கர்ப்ப காலத்திலே மருத்துவர்களிடமும், செவிலியர்களிடம் கேட்டுத் தெரிந்துகொள்ள அறிவுறுத்தவேண்டியிருக்கிறது. அதுமட்டுமல்லாமல், கிராமத்தில் ஏற்கெனவே பிரசவித்த தாய்மார்கள், பிரசவமாகி தற்சமயம் தாய்ப்பால் புகட்டிக்கொண்டிருப்பவர்கள் மற்றும் அனுபவமிக்க பாட்டிமார்கள் என்று இவர்களிடமெல்லாம் சென்று தாய்ப்பால் புகட்டுவதைப் பற்றியும், தாய்ப்பால் நன்றாகச் சுரப்பதற்கு உண்டான ஆகாரங்கள் பற்றியும் கவனமாக கேட்டுத் தெரிந்துகொள்ள வேண்டும். அதோடு, அவரவர் கிராமங்களில் பணியாற்றுகிற கிராம சுகாதார செவிலியர்களிடமும் அங்கன்வாடி ஆசிரியர்களிடமும் சென்று தாய்ப்பால் பற்றிய சந்தேகங்களை கேட்டுக்கொள்ளலாம். ஒருசிலருக்கு அங்கன்வாடியில் இதையெல்லாம் சொல்லிக் கொடுப்பார்களா... என்றுகூட யோசிக்கத் தோன்றும். ஆனால் வாரத்தின் ஒவ்வொரு வெள்ளிக்கிழமையும் கிராம சுகாதார செவிலியராலும், அங்கன்வாடி ஆசிரியராலும் அங்கன்வாடி மையத்தில் வைத்தே தாய்ப்பால் வகுப்பு நடத்தப்படுகிறது என்பதை நாம் கட்டாயம் தெரிந்து வைத்திருக்கத்தான் வேண்டும் தாய்மார்களே!

இவை எல்லாவற்றிற்கும் கூடுதலாக தற்போது, மகப்பேறு தொடர்பாக வந்திருக்கிற புத்தகங்கள் மட்டுமல்லாமல், தனியே தாய்ப்பாலுக்கென்றே இருக்கிற புத்தகங்கள், வலைதள காணொளிகள், நம்பகத்தன்மையுடைய சமூக ஊடகங்களின்வழியே

தரப்படுகிற ஆரோக்கியமான அறிவுரைகளை கவனமாகக் கேட்டுப் படித்துத் தெரிந்துகொள்ள வேண்டும். இதனால் குழந்தை பிறந்தபின்பு தாய்ப்பால் பற்றிய எந்தக் கவலையுமின்றி நம்மால் நம் பிள்ளைக்கு வேண்டியதைச் செய்து அவர்களை ஆரோக்கியமாக வளர்க்க முடியும்தானே!

★★★

7

பிரசவ நேரமும் தாய்ப்பாலூட்டும் காலமும்

கருவேலங்காட்டுக்குள் விறகெடுக்கப் போன புள்ளத்தாச்சி, அங்கேயே பிரசவ வலியெடுத்து தலைமாட்டில் ஒரு கட்டு விறகையும், கையிலே கவிச்சை வாசத்தோடு பச்சைப் பிள்ளையையும் தூக்கிச்சுமந்தவாறு பேறுகாலத்தைக் கடந்துவந்த பெண்களின் காலமெல்லாம் ஏதோ, அதிசயக்கத்தக்க நிகழ்வாகி விட்டன. மகப்பேறுக்கென்று தனித்த மருத்துவம் வளராத அன்றைய காலகட்டத்தில், பிரசவம் பற்றிய நுட்பமான விசயங்கள் பிடிபடாத போதும்கூட அவர்கள் மிக இயல்பாகவே பேறுகாலத்தை எதிர்கொண்டு வந்திருக்கிறார்கள். இன்னும் சொல்லப்போனால், சுகப்பேறுக்கென்று தனியே அவர்கள் எதையும் மெனக்கெட்டு செய்ததாகவும் தெரியவில்லை.

ஆனால், இன்றைய சூழலில் கர்ப்பவதியாக உறுதிசெய்யப்பட்ட தருணத்திலிருந்து பிரசவிக்கிற காலம் வரைக்குமாக பெண்கள், பேறுகாலத்தை பற்றிய அச்சத்தோடும் குழப்பத்தோடும்தான் இருக்கிறார்கள். இப்போதாவது கர்ப்பகாலம், பேறுகாலத்தைப் பற்றிய விசயங்களை மருத்துவரிடமோ, புத்தகங்கள் மற்றும் காணொளிகள் வாயிலாகவோ பார்த்து விளங்கிக்கொள்ள முடியும். அப்படியிருந்தும்கூட, பிரசவம் பற்றிய பயம் பெண்களைத் தொற்றிக்கொள்கிறதென்றால் இன்றைய மருத்துவம், மகப்பேறை ஒரு நோயைப்போல அணுகவும், பிரசவத்தை ஏதோ சிகிச்சை எடுத்துக்கொள்வதைப் போல பார்க்கவும்தான் அவர்களைப் பழக்கியிருக்கிறது என்றுதானே புரிந்துகொள்ள வேண்டியிருக்கிறது...

இதற்கெல்லாம் ஒரு தீர்வாக, பேறுகாலம் பற்றிய பயத்தைப் போக்கவேண்டுமென்றால், மருத்துவத்தோடு கூடவே மக்கள் பண்பாட்டையும் நாம் இணைத்தே பார்க்கவேண்டியிருக்கிறது. அதாவது தாய்வீட்டுப் பிரசவம், வளைகாப்பு உள்ளிட்ட மனதளவில் பக்குவப்படுத்துகிற கொண்டாட்டங்களை, இன்றைய

மருத்துவத்துடன் ஒன்றிணைத்துக்கொள்ள வேண்டியிருக்கிறது. கூடுதலாக, மகப்பேறு பற்றிய விசயங்களை சகலருக்கும் புரிகிறவகையில் அறிவியல் பார்வையோடு பொதுச்சமூகத்திற்கு விளக்கவும் வேண்டியிருக்கிறது.

ஆனால் மகப்பேறுக்கென்று, மருத்துவமும் மக்கள் பண்பாடும் முக்கியத்துவம் கொடுத்த அளவிற்கு, தாய்ப்பாலுக்கென்று இப்படி ஏதேனும் தனியே மெனக்கிட்டதாகத் தெரியவில்லை. இங்கே பிள்ளைப்பேறு பற்றிய தெளிவோடு கர்ப்பவதிகள் பிரசவ அறைக்குள் நுழைவதென்பது எவ்வளவு முக்கியமானதோ, அதைப் போலவே தாய்ப்பாலைப் பற்றிய புரிதலோடு குழந்தையைப் பெற்றுக் கொள்வதும் மிக முக்கியமாகிறது. ஏனென்றால், பிரசவித்துக் கொண்டிருக்கும்போதே ஒரு பிள்ளைக்குத் தாய்ப்பாலூட்டும் நிகழ்வானது ஆரம்பமாகிவிடுகிறதே!

அடடா, பிள்ளை பிறந்த பின்னால்தானே தாய்பாலூட்ட முடியும்! அப்படியிருக்க, பிரசவித்துக் கொண்டிருக்கும்போதே எப்படி, அவர்களுக்கு நாங்கள் தாய்ப்பாலூட்ட முடியுமென்று குழப்பமாக இருக்கிறதல்லவா! சரி, இதையெல்லாம் புரிந்து கொள்வதற்கு முன்னால் பிரசவத்தைப் பற்றி கொஞ்சம் தெளிவாகப் பார்த்துவிடுவோம். பிரசவம் பற்றிய புரிதலுக்குப்பின்பாக தாய்ப்பால் பற்றிய உலகத்திற்குள் செல்கிறபோதுதான், பிரசவத்திற்கும் தாய்ப்பால் சுரத்தலுக்குமான தொடர்பை நம்மால் விளங்கிக்கொள்ள முடியும்.

உங்களின் பிரசவ தேதி நெருங்கிவந்து, அடிவயிற்றிலும் இடுப்பிலுமாக வலியெடுக்கத் துவங்குகிற சமயத்தில்தான், குழந்தையின் தலையானது கர்ப்பப்பை வாயிலிருந்து நகர்ந்து இடுப்புக் கூட்டின் எலும்பிற்குள்ளாக நுழையவே ஆரம்பித்திருக்கும். கர்ப்பகாலம் முழுவதுமே கருப்பையிலிருந்து நழுவி குழந்தை கீழே இறங்கிவிடாமலிருக்க பாதுகாப்பாக கர்ப்பப்பை வாயினை அடைத்துவைத்திருந்த இரத்தமும் சளியுமாகிய மூடியானது, அப்போது பிரசவ ஹார்மோன்களால் கரைந்து வெளியேறத் துவங்கியிருக்கும். இப்படி, பிரசவத்தின் முதல் அறிகுறியாக கர்ப்பப்பை ஆரம்பத்தில் இரத்தத்தையும், சளிபோன்ற திரவத்தையும் வெளியேற்றுகிறது. அதன் தொடர்ச்சியாக, பனிக்குடமும் உடைந்து நாம் படுத்திருக்கிற பிரசவ மேசையின்மீது நீரோட்டம்போல வழிந்தோட ஆரம்பிக்கிறது.

அடுத்ததாக, குழந்தையின் தலையிலிருந்து கால் வரை நுழைந்து வெளியேறுகிற அளவிற்கு கர்ப்பப்பையின் வாசல் பெரிதாக இளகிக்கொடுக்க வேண்டுமல்லவா! குழந்தை இறங்கி வரவர, அவர்களின் தலையானது இடுப்பெலும்பில் போய் முட்டிமுட்டி அதனை நெட்டித்தள்ள ஆரம்பிக்கிறது. குழந்தையின் வருகையால், கர்ப்பப்பையின் வாசல் பகுதியும் ஒரு மலைப்பாம்பின் வாயைப் போல பெரிதாக விரிந்து கொடுக்கிறது. அந்தச் சமயத்தில், ஒரு ஆட்டோக்காரர் ஹார்னை அமுக்கியும் தணித்தும் பெரும் சப்தத்தை எழுப்ப முயற்சிப்பதுபோல கர்ப்பப்பை மற்றும் வயிற்றுப்பகுதியின் தசைகளெல்லாம் ஒரேசீராக, சுருங்கியும் தளர்ந்தும் குழந்தையை வெளித்தள்ள முயற்சித்துக்கொண்டிருக்கும். அத்தகைய சந்தர்ப்பத்தில், இடுப்பெலும்பின் ஒடுங்கிய சுரங்கப் பாதையின்வழியே குழந்தை வழுக்கிக்கொண்டே வந்து பிறப்புறுப்பின் வாசல் வெளியே பிறந்துவிடுகிறது.

சரி, இப்போதுதான் குழந்தை பிறந்துவிட்டதே! அடுத்ததாக, பிரசவத்திற்கும் தாய்ப்பாலூட்டுவதற்கும் இடையிலான மிக முக்கியமான விசயத்திற்கு வருவோமா...

நாம் இன்றுவரையிலும் தாய்ப்பாலூட்டுகிற நிகழ்வை, வெறுமனே பிரவசத்திற்குப் பின்பான ஒரு விசயமாகத்தானே புரிந்துவைத்திருக்கிறோம்! அதைப்போல குழந்தை பிறந்து அம்மாவையும் பிள்ளையையும் பிரசவ அறையிலிருந்து வார்டுக்கு மாற்றிய பின்புதானே குழந்தைக்கு தாய்ப்பால் ஊட்டப் போகிறோம்... என்று தாய்மார்கள் பலரும் தவறாகவே புரிந்து வைத்திருக்கிறார்கள். ஆனால் நிஜத்தில் என்னவோ, பிரசவிக்கிற போதே பிள்ளைக்குத் தாய்ப்பாலூட்டும் நிகழ்வானது ஆரம்பமாகிவிடுகிறது. கூடுதலாக அம்மாவையும், குழந்தையையும் வார்டு பகுதிக்கு மாற்றுவதற்கு முன்பாக, பிரசவ அறையில் வைத்தே மருத்துவர்களும் செவிலியர்களும் தாய்ப்பால் பற்றிய எல்.கே.ஜி., யு.கே.ஜி. வகுப்புகளை தாய்மார்களுக்கு எடுத்துவிடுகிறார்கள். அதனால்தான் பிரசவத்தோடு சேர்த்தே தாய்ப்பால் புகட்டுகிற விசயங்களையும் நாம் யோசித்துப் பார்க்க வேண்டியிருக்கிறது.

அதாவது, பிரசவ மேடையில் முக்கி முனகியபடி பிள்ளையைப் பெற்றெடுத்த அடுத்தகணமே, தொடையை அழுந்தப் பிடித்து குழந்தையை வெளித்தள்ள முயற்சித்துக்கொண்டிருந்த உங்களின்

கைகளை நீட்டச்சொல்லி இரத்தமும் சதையுமான குழந்தையை அப்படியே உள்ளங்கைகள் நிறைய மருத்துவர்கள் கொடுத்து விடுவார்கள். இரத்தமும் பனிக்குட நீருமாக குழைத்துச் செய்த சுதைமண் குழந்தைச் சிற்பமொன்று உயிர்பெற்றெழுந்து வந்ததைப்போல, கைகளில் சேற்று மீனாய்த் துள்ளுகிற அவர்களைப் பார்க்கையில் சட்டென்று, உருக்கொள்கிற பரவசத்துடன்கூடிய பதட்டத்தில் நமக்குச் சிரிப்பதா, அழுவதா என்கிற குழப்பமும் வந்துவிடும். ஆனாலும் ஒரு பிடிக்குள் அடங்கிவிடுகிற தன் பிள்ளையை முதல்முறையாகத் தரிசிக்கிற அம்மாக்களின் உணர்வுகளை எப்படித்தான் வர்ணிப்பது! ஒருவேளை, தாய்மையின் ஊற்றுக்கண் பிறக்கிற இடம்கூட இதுதானா? தோல்கள் மினுங்குகிற வார்ப்பில் செவிலியர் நன்றாக குழந்தையைத் துடைத்தெடுத்து புதுத்துணியில் பூவாய் அவர்களைச் சுற்றியபடி நீட்ட, உறவினர்கள் அவர்களை பதனமாக வாங்கிப் பூரித்துப்போய் உச்சிமுகர்கிற உணர்வைவிட தாயின் இந்த முதல் உணர்ச்சியென்பது, நிச்சயம் பெரும் உற்சவம் கூடிய அரிய தருணமாகத்தான் இருக்கமுடியும்.

ஒடுங்கிய கண்களிலிருந்து ஊற்றுநீர் கசியக்கசிய, விம்மித்துடிக்கிற தாயின் வெடிப்புற்ற உதடுகளிலிருந்து வார்த்தைகளே இன்றி, தங்களது குழந்தையைப் பார்த்து விசும்புகிற அந்த நிமிடங்கள் யாவும், அவள் கடந்துவந்த பத்து மாதக் கனவுகளின் நிஜம்தானே! குழந்தையின் முகத்தைப் பார்த்துக்கொண்டே நீண்ட மௌனத்தோடு உரையாடுகிற அவளின் வார்த்தைகளில்தான் எத்தனை எத்தனை கனமிருக்கும்... எவ்வளவு வலியிருக்கும்... எத்தகைய காத்திருப்பு மிகுந்திருக்கும்! அத்தகைய தருணத்தில், அம்மாவிற்கும் பிள்ளைக்குமிடையில் பார்வையிலே பரிமாறிக்கொள்கிற அன்பும், அழுகையொன்றே மொழியாகிய அவர்களின் எல்லையற்ற பாசமும், பூக்கள்சொரிந்த நந்தவனத்தில் நிறைந்த நறுமணத்தைப் போல பிரசவ அறையெங்கும் கமழ்ந்தபடியேதான் இருக்கும். அப்படியென்றால், பிரசவ அறையே குழந்தைகள் பூத்த ஒரு நந்தவனம்தானா!

இத்தகைய பேரன்பும், குழந்தைமீதான எல்லையற்ற நேசமும்தான் மார்பிலே தாய்ப்பால் ஊற்றாய் சுரப்பதற்கான மந்திரச்சாவி என்பதைப்பற்றி நாம் இன்னமும் புரிந்து கொள்ளவில்லை. குழந்தை பிறந்தவுடன் இயல்பாகவே தாயிடமிருந்து உருக்கொள்கிற இத்தகைய உணர்ச்சிப் பெருக்குதான்

தாய்ப்பாலையும் மார்பிலே பெருக்குகிறது என்பதெல்லாம் வெறும் கட்டுக்கதையல்ல தாய்மார்களே, அறிவியலில் நிரூபணமான உண்மை.

பெண்களுக்குப் பிரசவ சிக்கலாகி குழந்தை ஒருபக்கம் அவசரப் பிரிவிலிருக்க, அம்மா மட்டும் வார்டில் தனித்திருக்கையில் அதுவே மனஅழுத்தமாகி, அதனாலே தாய்ப்பாலின்றி அவர்கள் சிரமப்படுவதைப் பார்த்திருக்கிறீர்களா? அதோடு, குறைவான அளவிலே சுரக்கிற சீம்பாலை புகட்டியவுடன், மீண்டும் மீண்டும் பசித்து அழுகிற பிள்ளையைப் பார்த்து தாய்ப்பால் போதவில்லையோ என்கிற தவறான புரிதலில் உறவினர்கள், பெற்றவளைக் குறைகூறுகிற போதெல்லாம், தாயின் இயல்பான மகிழ்ச்சிக்குரிய உணர்ச்சிகள் மட்டுப்பட்டு தாய்ப்பால் சுரத்தலை அது தாமதப்படுத்துவதையுமே ஒருவேளை நீங்கள் பார்த்திருக்கக்கூடும். ஆக, இத்தகைய இயல்பாகிய உணர்ச்சிகளையெல்லாம் அதிகரிக்கச் செய்வதற்குத்தான் பிரசவித்த உடனேயே குழந்தையை அம்மாவிடம் கொடுத்து, தொப்புள் கொடியுடன் பிணைந்த பிள்ளையின் பிரசவித்த குருதியைப் பூசிச் சிவந்து பொலிவுற்ற முகத்தைப் பார்க்கச் செய்கிறார்கள்.

பிறந்தவுடன் இரத்தக்கவிச்சி வாசத்துடன்கூடிய பிள்ளையின் முகத்தைப் பார்த்தும், அழுகின்ற அவர்களின் பூனைக்குரலைக் கேட்டும், மெல்லமெல்ல கூடுகிற பச்சை உடலின் பால்வாசம் நுகர்ந்தும், இறுக மார்பைப் பற்றியபடி குழந்தைகள் கவ்விச் சுவைக்கிற தொடுதலை உணர்ந்துமாக, ஒவ்வொன்றின் வழியாகத் தூண்டப்படுகிற நரம்புகள்தான் மூளைக்குச் சென்று தாய்ப்பாலை சுரப்பதற்கான வேலையைச் செய்கின்றன. ஆக, இத்தகைய உணர்ச்சித் தூண்டலின்றி, தாய்ப்பாலை சுரக்கச் செய்வதற்கான மருத்துவமோ, மருந்துகளோ எதுவுமேயில்லை என்பதை கட்டாயம் புரிந்துகொள்ள வேண்டும்.

குழந்தையைத் தொட்டுப் பார்த்து, யாரைப் போலிருக்கிறார்கள் எனக் கற்பனைசெய்து, உச்சிமுகர்வதின்வழியே அவர்களின் பச்சைவாசம் அறிந்து, அந்தப் பிஞ்சு உதடுகளிலிருந்து அவ்வப்போது வெளிப்படுகிற ம்ம்ம்... ம்ம்ம்...னுடைய குரலிசை கேட்டு, அவர்களை முற்றிலுமாகப் புரிந்துகொள்கிற பட்சத்திலே, இத்தகைய மென்மையான உணர்வுகளெல்லாம் மூளையில் சென்று பதிவாகி தாய்ப்பால் சுரப்பதற்கான புரோலாக்டின் ஹார்மோன்களை அதிகளவிலே உற்பத்தி செய்யத் தூண்டுகிறது. இச்சமயத்தில்,

குழந்தையை மார்பில் போட்டு பாலூட்டுகிறபோது அதன் காம்பைச் சுற்றிய ஏரியோலாவின் நரம்புகளெல்லாம் உணர்ச்சித் தூண்டலாகி அது, தாய்ப்பால் சுரத்தலை அதிகப்படுத்துகிறது.

பிரசவித்த குழந்தையானது அடிவயிற்றை முட்டி வெளிவந்த கணமே, அவர்களைத் தூக்கி அம்மாவின் கையில் கொடுத்து விடுகிறார்கள் அல்லவா! அச்சமயத்தில், குழந்தையும் தாயுமாக இன்னும் வெட்டப்படாத தொப்புள்கொடியின் தொடர்பிலேயேதான் இருப்பார்கள். அத்தகைய பிணைப்பில் இருந்தபடியே பிள்ளைக்குப் பாலூட்டுகையில் அடிவயிற்றை முட்டி வெளிவந்த அவர்களோ, இப்போது மார்பை முட்டி பாலருந்தத் தயாராகிவிடுகிறார்கள். ஆக, ஒரு தாயின் முதல் தாய்ப்பாலூட்டும் நிகழ்வானது தொப்புள்கொடியை வெட்டுவதற்கு முன்பாகவே நடந்துவிடுகிறது என்கிற உண்மையை நாம் முக்கியமாகத் தெரிந்துகொள்ள வேண்டும்.

தொப்புள்கொடி என்பது பல செப்புக்கம்பிகளை ஒன்றாகச் சேர்த்துவைத்து மின்சாரத்தை எடுத்துச்செல்கிற வயரினைப் போலவே, அது அம்மாவுக்கும் குழந்தைக்கும் இடையேயான இரத்தத்தை மூன்று இரத்தக்குழாய்களின் வழியே எடுத்துச்செல்கிற ஒரு கொடி வயர்தான். பொதுவாக, குழந்தை பிறந்து தொப்புள்கொடியில் செல்கிற ரத்தக்குழாயினுடைய துடிப்புகள் நின்ற பிறகுதான் மருத்துவர்கள் அதைத் துண்டிக்கவே செய்வார்கள். அதுவரையிலும் தொப்புள்கொடியின் உதவியால் அம்மாவும் குழந்தையும் ஒருசேர இணைந்தேதான் இருப்பார்கள். இப்படி, தாமதமாக தொப்புள்கொடி வெட்டுகிற செயலினால்தான் மெல்ல துடித்தோடிக் கொண்டிருக்கிற இரத்தக்குழாயின்வழியே கூடுதலான இரத்தமானது குழந்தைக்குச் செல்கிறது. இதனால் குழந்தைகளின் எதிர்காலத்தில் இரத்தச்சோகை போன்ற நோய்கள் வருவதற்கான வாய்ப்புகளும் குறைந்துவிடுகின்றன.

முலைக்கம்பின் கயிற்றில் பிணைக்கப்பட்ட தாய்ப்பசுவானது, அதன் கன்றுக்குட்டிக்குப் பாலூட்டுவதைப் போலவே, அம்மாவும் தனது குழந்தையின் தொப்புள்கொடி துண்டிக்கப்படாத நிலையிலேயே மார்பில் போட்டு பாலுட்டிக்கொண்டிருப்பாள். குழந்தை பிறப்பதற்கும் தொப்புள்கொடியின் துடிப்பு நின்று அதனைத் துண்டிப்பதற்கும் இடையிலான குறுகிய நேரம்தான் - தாய், தன் பிள்ளைக்கு முதல் தாய்ப்பாலான சீம்பாலை

புகட்டுவதற்கான மிகச் சரியான நேரம். இச்சமயத்தில், குழந்தையை மார்பிலே போட்டு சுவைக்கச் செய்வதன்மூலமாக அவர்கள் மிக நீண்டஆயுள் வாழ்வதற்கான முதல் அடியினை தாய்மார்கள் எடுத்து வைக்கிறார்கள். மேலும் பிறக்கிற ஒவ்வொரு குழந்தை களுக்குமாக தாய்மார்கள் செய்யவேண்டிய முதல் சடங்கும் கடமையுமாக, இத்தகைய சீம்பால் புகட்டும் நிகழ்வுதான் பாரம்பரியமாக இன்றும் இருந்துவருகிறது.

கர்ப்பகாலத்திலேயே மார்பகத்தை சுத்தமாக பராமரிப்பதன் அவசியத்தைப்பற்றி சென்ற அத்தியாயத்தில் பார்த்தோம் அல்லவா! இதன்மூலமாக, பிரசவித்தவுடனே பாலூட்டுதற்காக மார்பகத்தை அவசர அவசரமாக தயார்ப்படுத்துவதைப் பற்றி தாய்மார்கள் யோசிக்க வேண்டிய அவசியமில்லை. பொதுவாக, பிரசவித்த மறுகணமே தாய்ப்பாலை புகட்டச்சொல்லி தாய்மார்களுக்கு அறிவுறுத்தப்படுவதால், மார்பகத்தை சுத்தம் செய்துகொண்டு இருப்பதற்கெல்லாம் அவர்களுக்கு நேரமிருக்காது. பிரசவத்திற்கு முன்பாகக் கிடைக்கிற நேரத்தில் வேண்டுமானால், வெந்நீரில் துணியை நனைத்து மார்பகத்தை சுத்தமாக்கிக் கொள்ளலாம். இப்படிச் செய்வதன்மூலமாக மார்புக்காம்பை கவ்விச் சுவைக்கிற குழந்தைகளுக்கு ஆரோக்கியமில்லாத மார்பகத்தால் ஏதேனும் தொற்றாகிவிடுமோ என்று தாய்மார்களும் அச்சப்பட வேண்டியதில்லை.

பிரசவ அறையிலே, தாய் சேயினுடைய முழு உடல் பரிசோதனையும் செய்துவிட்டு அவர்களை தாய்ப்பால் புகட்டுவதற்காக எல்லாவகையிலும் தயார் செய்தபின்னரே வார்டு பகுதிக்கு மாற்றுவார்கள். அதேசமயம், சிசேரியன் செய்துகொண்ட தாய்மார்களை, அறுவை அரங்கிலிருந்து அவசரப்பிரிவிற்கு மாற்றிய பின்பு, கொஞ்சம் தாமதமாகத்தான் வார்டுக்கே அனுப்புவார்கள். இதனால், தங்கள் குழந்தைக்கு இயல்பாகவே தாய்ப்பால் புகட்டமுடியாத நிலையில் சிசேரியன் தாய்மார்கள் சிக்கிக் கொள்கிறார்கள். ஆனாலும்கூட பெண் உறவினர்கள் யாரேனும் சிசேரியனாகிய தாயின் மார்பிலிருந்து தாய்ப்பாலைப் பிழிந்தெடுத்து பாலாடையில் கொண்டுபோய் குழந்தைக்கு ஊட்டிவிட முடியும்.

ஆனாலும் ஒருசிலர், தாய்ப்பாலை பீய்ச்சி எடுப்பதை அசூயையாக நினைத்துக்கொண்டு விலகியே இருந்துவிடுகிறார்கள். அச்சமயத்தில், பசிக்காக பிள்ளை அழுது துவண்டுபோகத்

துவங்கினால் சட்டென்று, உறவினர்களெல்லாம் பதட்டமாகி புட்டிப்பால் கொடுப்பதற்குத் தயாராகிவிடுகிறார்கள். இப்படி, இரத்த உறவாகிய பெண்ணின் மார்பைத் தொட்டு பாலாடையில் பாலெடுத்துக் கொண்டுபோய் பிள்ளைக்குப் புகட்டுவதையெல்லாம் அசூயையாக நினைத்துக் கொள்பவர்களுக்கு, மாட்டின் பாலையோ நிறுவனங்கள் அடைத்துக்கொடுக்கிற பால்பவுடரையோ, புட்டியில் நிரப்பிக் கொடுப்பதற்காக எந்தக் கூச்சமும் ஏற்படுவதில்லை. ஆகவேதான், உடனிருக்கிற உறவினர்களும் சீம்பால் மற்றும் தாய்ப்பால் புகட்டுதல்பற்றிய விழிப்புணர்வுடன் இருப்பது அவசியமாகிறது.

எல்லாவற்றையும்விட, தாய்மார்களுடைய முக்கியப் பிரச்சினையே பிரசவித்த வேதனையையும் கடந்து, இலேசாக உடலை இசைந்து கொடுத்தபடி பிள்ளையின் பசிக்கு ஏற்ப தாய்ப்பாலூட்ட வேண்டுமென்பதுதான். ஆனாலும்கூட தாயினுடைய வலியும் வேதனையும் தீர, குழந்தைகள் மார்பிலே தாய்ப்பாலை சவைத்துக் குடிப்பது ஒன்றுதான் தீர்வு! மார்புக்காம்பை சவைத்துக் குடிக்கையில் அத்தகைய தொடுஉணர்வினால் தூண்டப்பட்ட நரம்புகளெல்லாம் மூளைக்குச் சென்று தாய்ப்பால் ஹார்மோனான புரோலாக்டினை சுரக்கச் செய்கிற அதேசமயத்தில், கூடுதலாக ஆக்ஸிடோசின் ஹார்மோன்களையும் இரத்தத்தில் சுரக்கச் செய்கிறது. இந்த ஆக்ஸிடோசின் ஹார்மோன்கள்தான், தாய்மார்களுடைய தாய்மைக்கான உணர்வுகளையும், மகிழ்ச்சியுடன்கூடிய ஆனந்தப் பெருநிலையையும் கூடிப் பெருகச் செய்கிறது. தாய்மார்களெல்லாம் பிரசவித்த அத்தனை உடல் வாதையையும் கடந்து மகிழ்ச்சியோடு பாலூட்டிக் கொண்டிருக்கிறார்கள் என்றால், அதற்கு இத்தகைய ஆக்ஸிடோசின் ஹார்மோன்களெல்லாம் தொடர்ந்து உடலில் சுரப்பதுதான் காரணம்!

அதேசமயம், தாய்ப்பாலூட்டத் துவங்குகிறபோது நாம் கவனிக்கவேண்டிய இன்னொரு விசயமும் இருக்கிறது. பிரசவித்தவுடனே அயர்ந்துபோய்ப் படுத்திருக்கிற அம்மாவின் உடலில், பாசிபோல் படிந்த பனிக்குடத் தண்ணீரின் கறையும், வழிந்தோடிய இரத்தத்தின் உறைந்த திட்டுகளுமாக அங்குமிங்கும் சேர்ந்திருக்கும். இதன்கூடவே பிரசவித்துக் களைத்த உடலின் வியர்வையும், மருந்தின் வாசமுமாக சேர்ந்து குழந்தைக்கு ஒருவித ஒவ்வாமையை உண்டாக்கி, தாய்ப்பால் குடிப்பதற்கான ஆசையே சுத்தமாக எழவிடாமல் செய்துவிடும்.

குழந்தைக்குப் பால் புகட்டியதும் மார்பிலிருந்து வழிகிற மிஞ்சிய தாய்ப்பாலானது, சட்டையில் திட்டாகப் படிந்தாலோ, வேலை நிமித்தமாக வெளியே செல்கிறபோது மார்பில் பால் கெட்டித்து உள்ளாடையில் மெல்ல கசிந்தாலோ, பிள்ளையைப்பற்றி நினைத்தபடியே துயில்கொள்கிற தாயின் கனவுகள்வழியே தன்னியல்பில் தாய்ப்பால் சுரந்து, ஆடைகள் நனைந்துபோனாலோ அவை வெளிப்படுத்துகிற வாசனைகள்கூட குழந்தைக்குப் பிடிப்பதில்லை. இதனால் சில குழந்தைகள், தாய்ப்பாலை குடிக்காமல் அடத்துடன் மூக்கை விடைத்தபடி அழுவார்கள். பாலை குடிக்காமல், வெறுமனே மார்புக்காம்பில் வாய் வைத்துக்கொண்டு முரண்டுபிடிப்பார்கள். ஆகவேதான், கர்ப்பகாலத்தில் பேணுகிற உடல் சுத்தத்தைப்போலவே குழந்தை பிறந்த பின்னாலும் அதை நாம் பேணவேண்டியிருக்கிறது.

தாய்மார்களும் அடிக்கடி வெந்நீர் வைத்துக் குளித்து வெளியேறுகிற வியர்வையும், இரத்தக் கவிச்சை வாடையும் இல்லாதவாறு உடலைப் பார்த்துக்கொள்ள வேண்டும். பிறப்புறுப்பிலிருந்து இரத்தம் கசிவது நிற்கிறவரையிலும் நாப்கின் மற்றும் போர்வையின் விரிப்பை அடிக்கடி மாற்றிக்கொண்டே இருக்கவேண்டும். தாய்ப்பால் புகட்டிய ஆடைகளையும் உள்ளாடைகளையும் அடிக்கடி மாற்றி அணியவேண்டும். ஆடைகளின் வாசம் போகிறவரையில், அழுக்காகப் படிந்த திட்டுகள் போக நன்றாகத் துவைத்து, அதை வெயிலில் நன்கு உலரவைத்த பின்பே மீண்டும் அணிந்துகொள்ள வேண்டும். ஆக, நம்மிடம் சரியான அளவிலும் எண்ணிக்கையிலும் மாற்று உடைகள் இருக்கின்றனவா என்பதை உறுதி செய்துகொள்ள வேண்டும்.

தேர்வு செய்வதில் நாம் மிக கவனமாக இருக்கவேண்டியிருக்கிறது. கர்ப்பமாக இருக்கையில், துருத்திய வயிற்றுக்கு ஏற்ப சேலையும், வீட்டளவில் நைட்டி அணிவதைப் பற்றியும் ஏற்கெனவே பார்த்தோம் அல்லவா! அதேசமயம், சுடிதார் அணிவதன் சிரமத்தையும், அதைத் தவிர்க்கவேண்டிய விசயங்களைப் பற்றியும் பார்த்தோம். அதையேதான் நாம், தாய்ப்பால் புகட்டுகிற காலம் முழுமைக்குமே கடைப்பிடிக்க வேண்டியிருக்கும்.

வீட்டிற்கு வெளியே செல்கையில், நம் பிள்ளைக்கு திடீரென்று பசியெடுத்து அழும்போது, ‘பாலை பிறகு புகட்டிக் கொள்ளலாம்’ என்றெல்லாம் சும்மா இருந்துவிட முடியாதல்லவா! உடனே

ஒதுக்குப்புறமாகப் போய் குழந்தையை அமர்த்திவிட்டுத்தானே வேறுவேலைக்கு நகரவே முடியும். ஆக, தாய்ப்பால் புகட்டுவதற்கு வசதியாகவும், பொது இடங்களில் கூச்சமின்றி பிள்ளையை மார்பிலே போட்டு அமர்த்துவதற்கு ஏதுவாகவும் தக்க ஆடைகளை வாங்கி அணிவதுதானே சரியாக இருக்கும்...

எப்போதாவது சுடிதார் அணிந்தபடி வெளியேசெல்கிற அம்மாக்களை யாரேனும் கவனித்திருக்கிறீர்களா? அழுத பிள்ளையை அமர்த்துவதற்கு மேலாடையை மார்புக்கு மேல்வரை உயர்த்தவேண்டி ஒருவித சிரமத்தோடே பாலூட்டிக் கொண்டிருப்பார்கள். பொது இடங்களில் சுற்றிலும் அலைபாய்கிற கண்களின் தவிப்போடு, அவசர அவசரமாய் பிள்ளைக்குத் தாய்ப்பாலை புகட்டவேண்டியிருக்கும். ஒருசிலர், இதற்கெல்லாம் அஞ்சியபடி வீட்டைவிட்டு வெளியேறும்போதெல்லாம் புட்டிப்பாலும் கையுமாகவே கிளம்பிவிடுகிறார்கள்.

அதுவே சேலையில் செல்கையில், அவர்கள் எந்தப் பொது வெளியிலும் சாவகாசமாய் அமர்ந்து நிம்மதியாகப் புகட்டமுடிகிறது. இன்னும்கூட சொல்லப்போனால், சேலையில் பாலூட்டுவதற்காக மார்பை முன்பக்கமாக கையாளுவதும்கூட எளிதானதுதான். ஆனால் இவையெல்லாம் சுடிதார் அணிவதில் சாத்தியப்படுவதில்லை. அதேசமயம், வீடுகளில் நாம் எப்போதும்போல நைட்டியை தாராளமாக அணிந்தபடியே தாய்ப்பாலூட்டிக் கொள்ளலாம். இப்போதெல்லாம் தாய்ப்பால் கொடுப்பதற்கென்ற வசதியோடு முன்பக்கமோ, பக்கவாட்டிலோ ஜிப் வைத்த மாடல்களில் நைட்டிகள் வந்துவிட்டன. ஆகவேதான் கர்ப்பகாலத்திலும் சரி, தாய்ப்பாலூட்டும் காலத்திலும் சரி, வெளியே சேலைக்கும் வீட்டினுள்ளே நைட்டிக்குமாக பழகிக்கொள்ள வேண்டுமென்று மருத்துவர்களும் அறிவுறுத்துகிறார்கள்.

அடுத்ததாக, உள்ளாடைகளைப் பற்றிய கவனம்தான் மிக முக்கியமானது. ஏனென்றால், இப்போதுதான் குழந்தை பிறந்துவிட்டார்களே! மார்பகத்தைப் பாதுகாப்பதற்காக மட்டுமே இதுவரை நாம் அணிந்துவந்த உள்ளாடைகளுக்குப் பதிலாக, இப்போது கூடுதலாக தாய்ப்பால் ஊட்டுவதற்கென்று சேர்த்தே தயாரிக்கப்படுகிற உள்ளாடைகளாகப் பார்த்து அணிய வேண்டி யிருக்கும். அட, எல்லாமே உள்ளாடைகள்தானே... இதில்கூடவா

நாங்கள் கவனம் செலுத்தவேண்டும் என்று நினைத்துக் கொண்டிருந்தால் அதுவும்கூட தவறுதான்.

நாம் வயதிற்குவந்த பின்னால், மார்பகம் மாற்றமடைவதன் காரணமாக அணிகின்ற உள்ளாடைகளெல்லாம் வெறுமனே மார்பகத்தை பாதுகாக்கக்கூடியவை மட்டுமே. ஆனால் தாய்ப்பால் புகட்டுவதற்கென்று தயாரிக்கப்படுகிற உள்ளாடைகள் என்பதோ, பாலூட்டுகிற சமயத்தில் ஏற்படுகிற அசௌகரியத்தைக் குறைப்பதற்காகவென்று தனித்த ஏற்பாட்டோடு தயாரிக்கப்படுகின்றன.

இத்தகைய உள்ளாடைகளின் வழியே, சிரமமின்றி ஆடையை விலக்கி சீக்கிரத்தில் தாய்ப்பால் புகட்டவும், பொதுஇடத்தில் தயக்கமின்றி பிள்ளையை அமர்த்துவதற்கும் இவை தனித்தே வடிவமைக்கப்படுகின்றன. தாய்ப்பால் சுரந்து கனத்துப்போகிற மார்பிற்கு ஏற்ப மென்மையாகவும் இவை இருக்கின்றன. இத்தகைய உள்ளாடைகளை முழுவதுமாக கழற்றத் தேவையின்றி, ஒரு கையில் குழந்தையைத் தாங்கியபடியே மறு கையினால் தாய்ப்பாலூட்டுவதற்கென்று மார்பினைத் தயார் செய்துவிடமுடியும். இதனால் ஒரேசமயத்தில் இரண்டு மார்பையும் வெளிப்படுத்த வேண்டிய அவசியமில்லாமலே தாய்ப்பாலைப் புகட்டிவிட முடிகிறது. இப்படி, எத்தனையோ மாடல்களில் உள்ளாடைகள் விதவிதமாக வந்தபடியேதான் இருக்கின்றன. ஆகவேதான், நமக்குப் பொருந்தமானவகையில் உள்ளாடைகளைத் தேர்வுசெய்து பிள்ளைக்குப் புகட்டுவது பற்றிய விழிப்புடனே இருக்க வேண்டியிருக்கிறது.

பொதுவாக, உள்ளாடைகளை வாங்கும்போது தற்போதைய அளவைவிட கூடுதலான அளவில் வாங்குவதே நல்லது. தாய்ப்பால் சுரக்கச் சுரக்க பெரிதாகிற மார்பிற்கு ஏற்ப பொருத்த மில்லாத உள்ளாடைகளை அணிகிறபோது அவை, ஒருவித இறுக்கத்தை மார்பகத்தின்மேல் ஏற்படுத்துகின்றன. இதனால் உள்ளிருக்கிற பால்சுரப்பிக் குழாய்களிலிருந்து காம்பிற்குச் செல்கிற தாய்ப்பாலின் வழித்தடத்தில் சிக்கலாகி, அவ்விடத்திலேயே தாய்ப்பால் கட்டிக்கொண்டு புண்கள் ஏற்படுவதற்கும் வாய்ப்பிருக்கிறது. அதேசமயம் மிருதுவான, காட்டன் துணியாலான உள்ளாடைகளைத் தேர்வு செய்கிறபோது உராய்வினால் ஏற்படுகிற எரிச்சலோ, அலர்ஜியோ இதனால் ஏற்படுவதில்லை. மேலும்

இவை தாய்ப்பால் கசிவதையும், வியர்வையையும்கூட நன்றாக உறிஞ்சிக் கொள்கின்றன.

அதுமட்டுமல்லாமல், வெளியே செல்கையில் மெல்லக் கசிந்துவருகிற தாய்ப்பாலால் உள்ளாடையும், சேலையும் ஈரமாகி ஒருவித சங்கடத்தையே ஏற்படுத்திவிடுகிறது அல்லவா! ஆனாலும், இத்தகைய அசௌகரியங்களுக்கென்றே தயாரிக்கப்படுகிற சிறியளவிலான பஞ்சுத்துணியை *(BREAST PAD)* உள்ளாடைக்குள் வைத்து தாய்ப்பாலை உறிஞ்சுவதற்காகப் பயன்படுத்திக் கொள்ளலாம். இதனால் அலுவலகங்கள் போன்ற வெளியிடங்களுக்குச் செல்கையில், தாய்ப்பால் சுரந்து சட்டைகள் நனைவதைப் பற்றியோ, அதனது வாசனையால் பொது இடங்களில் ஏற்படுகிற அசௌகரியங்களைப் பற்றியோ எந்தக் கவலையுமின்றி நாம் நிம்மதியாகவும் இருக்கமுடியும்.

ஆகவேதான் தாய்மார்களே! பிரசவித்த பின்னாலும்கூட தாய்ப்பால் ஊட்டுவதற்கென்றே தனித்த வகையில் ஆடைகள், உள்ளாடைகள் மற்றும் தாய்ப்பால் ஊட்டுவதற்குத் தேவையான உபரித் தேவைகளென நாம் முன்கூட்டியே கர்ப்பகாலத்தில் வாங்கி பத்திரப்படுத்திக்கொள்ள அறிவுறுத்துகிறார்கள். இப்படியெல்லாம் தயாராகிறபோதுதான், நம் தாய்ப்பாலூட்டும் காலத்தை ஒரு வசந்தகாலத் துவக்கத்தின் கொண்டாட்டத்தைப் போல முழு மகிழ்ச்சியோடு அனுபவிக்க முடியும்.

★★★

8

தாய்ப்பால்: சிரித்தாலே சுரக்கும் அற்புதப் பால்

வீட்டு முற்றத்தின் முல்லைக்கொடியில், புல்லைக் கோர்த்துக் கட்டிய சிட்டுக்குருவியின் சின்னஞ்சிறு கூட்டிலே பிரசவித்த பிஞ்சுக் குருவியை, ரகசியமாக எட்டிப்பார்த்து ரசித்துச் சிரிக்கும் குழந்தைகளைப் போல, இன்னும் பிரசவித்த கதகதப்புக்கூட குறையாமல் தன்னிலிருந்து பிரிந்த மீச்சிறு சிறகைப் போல, அருகருகே படுத்திருக்கிற பிள்ளையை பார்க்கப் பார்க்க ஒரு தாய்க்கு எப்படித்தான் இருக்குமோ! எத்தனைமுறை பார்த்தாலும் சலித்திடாத, உள்ளங்கையில் அன்பொழுக அள்ளி எவ்வளவு முத்தமிட்டாலும் தீராத குழந்தையின் ஞாபகப் பொக்கிஷங்களை, நெஞ்சுக்குழியில் எப்படித்தான் தேக்கிவைத்துக் கொள்வதோ...

பிஞ்சுக்கரங்களுக்குள் தன் சுட்டுவிரலை நுழைத்து, அவர்களின் பிடிக்குள் சேகரமாகிவிடுவதன்வழியே தன்னையே ஒப்புக்கொடுத்தபடி உள்ளுக்குள் கரைந்துகொண்டிருக்கும் அவளை கையேந்திக் கரைசேர்ப்பார் யாரோ! ஒளிவீசிடும் குறுகிய கண்களை கூசித் திறந்து, இமைக்குள்ளே பொழுதிற்கும் அம்மையைத் தேடுகிற பிள்ளைக்குத் தன்னை அடையாளம் காட்டிக்கொள்ள குழந்தையின் முகத்தை உற்றுப் பார்த்தபடியே செல்லக்குட்டி... அம்முக்குட்டி... வாடா செல்லம்... என்றெல்லாம் குழைந்து பேசிச் சிரிக்கிற தாயவளின் இன்பக் கேணியிலிருந்து அவளை மீட்டெடுப்பது யாரோ!

பிள்ளையின் முன்நெற்றிப்பட்டையில் சரிந்துவிழுகிற சாம்பல்முடிக் கற்றையை கண்விளிம்பிலிருந்து ஒதுக்கித் தள்ளியபடியும், புல்லைப்போல் கோடாய் நீள்கிற புருவத்தை விரலால் நீவியபடியும் இருக்கிற அம்மாவின் அரவணைப்பிலிருந்து இனி, குழந்தையும் துயில் கலைவதெப்போதோ! பாட்டியின் சுருக்குப்பைக்குள் பேரனுக்கென வாஞ்சையோடு எடுத்துவைத்து மறைத்துக்கொடுக்கிற அழுக்கடைந்த அந்த ஐந்து ரூபாய் நோட்டின் வெம்மையைப் போல, தன் கசங்கிய சேலையின் பொதிக்குள்ளாக அலாதியாய் துயில்கொண்டிருக்கும் குழந்தையின்

தூக்கம் கலையாமல் மடியிலே கிடத்தி அன்பொழுக அரவணைத்துக் கொள்வதுதான் எப்படியோ...

தன்னியல்பில் கன்னங்கள் உப்பி குபேரனாய்ச் சிரிக்கிற, அப்படிக் கன்னங்கள் கனிந்து குவிகிறபோதே, குள்ளநரிக்குழியாய் அமிழ்ந்து சுழிக்கிற குழந்தையின் குட்டிக் கன்னக்குழியிலேயே சுற்றிக்கொண்டிருக்கிறது அவளது சின்னஞ்சிறிய பூமி! கன்னங்களைக் கிள்ளி முத்தமிடும் அவளது உதட்டின் குளிர்ச்சியில் துள்ளியபடியே புரண்டுபடுக்கிற குழந்தையால், ஒருபக்கமாகவே சாய்கிறது அவளது ஒட்டுமொத்த பிரபஞ்சமும்... அவளது விரல்நுனியின் ஒவ்வொரு தொடுகையிலும் காம்பைத் தேடியவாறே உதட்டைச் சுழித்து அம்மையின் விரல் சுவைக்க நாவைச் சுழற்றுகிற மழலையின் விளையாட்டை பார்க்கப் பார்க்க உண்டாகிற பரவச உணர்வின் கதகதப்பை தாயவளும் எப்படித்தான் தாங்கிக் கொள்வாளோ...

பிள்ளைகள் பற்றிய இரவுக் கனவுகளையும், அந்தக் கனவுகள் மெய்ப்பட பிரசவித்துப் பிள்ளைபெற்ற கிடைத்தரிய தருணங்களையும் இதயம் முழுக்க நிறைத்துக்கொண்டு அவள் எந்நேரமும் பரிதவித்தபடியே இருக்கிறாள். அவளது ஒட்டுமொத்த மகிழ்ச்சியினுடைய தித்திப்பின் திகட்டல் தாளாமல், தன் இதயத்திற்குள்ளிருந்து ஊற்றாய்ப் பெருக்கெடுக்கும் அத்தனை உணர்ச்சிகளையும் தனது கண்களின் கேணிக்குள்ளிருந்து கண்ணீராய் இறைத்து வெளியேற்றியபடி, ஒரு வளர்ந்த குழந்தையைப் போலவே வளர்ந்து நிற்கிறாள். அவளோ, விழியோரத்தில் எந்நேரமும் சந்தோசக் கண்ணீர் அலையடித்தபடியே இருக்க, கன்னங்கள் வழியப் பொங்கிவருகிற பெற்றவளின் பேரானந்தத்தைப் பார்க்கையில் அதுவே, தாய்மையின் உற்சவம்கூடிய அரிய தரிசனமாகத்தான் இருக்கும்.

இளம் மஞ்சள்வெயில் அடிக்கிறபோதே சடசடத்துப் பெய்கிற தூம்பல் மழையினால் ஒருசேர சூழ்கிற வெதுவெதுப்பைப் போல, அம்மாக்கள் அரற்றி அழுகிறபோதே கரைந்து சிரிக்கிற தருணங்களையெல்லாம் நாம் இதுவரை எந்தக் கோவில் சிற்பங்களிலும் கண்டதில்லை. அழுகிறபோதே சிரித்தபடியும், சிரித்தபடியே அழுவதுமாக கண்ணீர்வடித்தே கணம்தோறும் மாறுகிற அன்னையின் உணர்ச்சிப் போராட்டங்களை அப்பாக்களின் உலகம் எப்போதுதான் புரிந்துகொள்ளப் போகிறதோ!

இத்தகைய உணர்ச்சிமிக்க தருணத்தில், தாயவள் அழுதபடி கண்ணீரைப் பெருக்குகிறாளா அல்லது பொங்கிச் சிரித்தபடி கன்னங்கள் உப்பிக்கொள்ள கண்ணீரை வடிக்கிறாளா என்பதை யெல்லாம் நம்மால் புரிந்துகொள்ள முடிவதில்லை. ஆனாலும் இந்தச் சமயத்தில், நமக்கு மருத்துவர்கள் அறிவுறுத்திய, பிள்ளைப்பேறு கண்டவள் மகிழ்வாய் இருந்தாலே தாய்ப்பால் பெருகி நிறைவாகச் சுரக்கும்ஞ் என்கிற தெய்வீகக் குரலானது ஒரு அசரீரியைப் போல நம் செவிப்பறைக்குள்ளே தொடர்ந்து எதிரொலிக்கிறது.

பரிதாபத்திற்குரிய நாம் உச்சகட்ட துயரத்தில் அழுதாலும் கண்ணீர் வருகிறது, பெருத்த சந்தோசத்தில் மனம்விட்டுச் சிரிந்தாலும் ஆனந்தக் கண்ணீராய் பொங்குகிறது. ஆனால் இவை எல்லாவற்றையும் கண்ணாறப் பார்த்து நம்புகிற நாம்தான், பிள்ளைபெற்றவள் மகிழ்வாய் இருந்தாலே தாய்ப்பால் நிறைவாகச் சுரக்கும் என்று சொன்னால் நம்ப மறுக்கிறோம். இது வேடிக்கை யல்லவா! நம்முடைய அதிகப்படியான உணர்ச்சிக் கொந்தளிப்பில் கண்ணீர் சுரக்கிறதைப் போலவே, அளப்பரிய சந்தோசத்தில் தாய்ப்பால் சுரப்பதும் உண்மைதானென்று சொல்லும்போது நாம் அதைச் சந்தேகத்தோடு பார்க்கிறோம்.

ஆனால் இவை எல்லாவற்றிற்குமே அறிவியல் காரணங்கள் இருக்கின்றன. நாம் அதீத உணர்ச்சியில் கண்ணீர் பெருகுவதற்கு இருக்கிற அறிவியல் காரணத்தைப்போலவே, சந்தோசத்தில் தாய்ப்பால் சுரப்பதற்கும் விஞ்ஞானரீதியாக விளக்கம் இருக்கிறது தாய்மார்களே! அதைப்பற்றி விளங்கிக்கொண்டாலே நாம், ஏன் பிள்ளைபெற்றவளை மகிழ்ச்சியோடு பார்த்துக்கொள்ள வேண்டும் என்பதை புரிந்துகொள்ளமுடியும். ஆக, மாசமாயிருக்கிற பெண்களை மட்டுமல்ல; பிள்ளைபெற்ற தாய்மார்களையும் மகிழ்ச்சி குறையாமல் பார்த்துக்கொள்ள வேண்டும் என்பதை நாம் முழுவதுமாகப் புரிந்துகொள்ள வேண்டியிருக்கிறது.

முதலில், நாம் ஆனந்தமாக இருக்கும்போது தன்னாலே கண்ணீர் பெருகி சுரப்பதைப் பற்றிய அறிவியலை தெரிந்து கொள்வோம். ஆம், இதைப் புரிந்துகொண்டாலே மகிழ்ச்சியில் தாய்ப்பால் சுரப்பதைப்பற்றி எளிதாக விளங்கிக்கொள்ள முடியுமல்லவா! ஏனென்றால், அடிப்படையில் கண்ணீர்ப்பை, மார்பு இவை இரண்டுமே கண்ணீரையும் பாலையும் சுரக்கிற உடலின் சுரப்பிகள் தானேஞ் சரி, வாருங்கள். சந்தோசத்தில் கண்ணீர் சுரப்பதைப்பற்றி இப்போது பார்ப்போம்.

குழந்தைகளின் சிரிப்பையும் அழுகையையும் கேட்டவுடன், பெற்றவளின் பரந்த மனசுக்குள் ஒரு பரவசமும், உந்துதலும், உணர்ச்சி வயப்படுதலும் ஏற்பட்டு, தன்னை அறியாமலேயே மார்பு கனத்து தாய்ப்பால் ஊறிப் பெருக்கெடுப்பதை உணர்ந்திருக்கிறீர்களா! அப்படி நாம் உணர்ச்சிவசப்பட்டால்கூட, மார்பிலே தாய்ப்பால் தாராளமாகச் சுரக்கிற பேரற்புதங்களைப் பற்றி நினைத்துப் பார்க்கும்போது, நமக்கெல்லாம் அது புதிதாகவும் பெரும் புதிராகவும் இருக்கிறது. இப்படி கண்ணீரையும், தாய்ப்பாலையும் இயல்பாகவும் இயற்கையாகவும் சுரக்கவைப்பதற்கு நாம் எளிதில் உணர்ச்சிவசப்படுகிற உணர்வுகள்தான் காரணமாயிருக்கின்றன என்றால் அதைப்பற்றி முழுவதுமாகப் புரிந்துகொள்ள வேண்டுமல்லவா!

முதியவர்களின் தோல் சுருக்கங்களைப்போல் இருக்கிற நமது மூளையின் மேலுறைக்கு சற்றுக் கீழேதான் நாம் அறிந்து கொள்ளவேண்டிய முக்கியமான பகுதியும் இருக்கிறது. இங்குதான் நம் உணவுப்பழக்கம், பாலியல் தேவைகள், அடிப்படை உணர்ச்சிகளென்று அத்தனையையும் ஒருவிதமான ஒழுங்கிற்குள் வைத்துக்கொள்வதற்கான வரைமுறைகள் திட்டமிட்டு வகுக்கப்படுகின்றன. இத்தகைய அதிநுட்பமான பகுதிக்குப் பெயர்தான் ‘லிம்பிக் மண்டலம்’. லிம்பிக் என்றால் அகராதியில் ‘ஓரத்தில்’ என்று பொருள் கொள்ளலாம். ஆக, மூளையின் அடிப்பாகத்தினது ஓரத்தில் இந்த லிம்பிக் மண்டலத்தின் பகுதிகள் அமைந்திருப்பதால் இப்பெயரை ஒரு நல்லநாள் பார்த்து சூட்டியிருக்கிறார்கள்போலும்!

இந்த லிம்பிக் மண்டலத்தை பகுத்துப்பார்த்தால் அங்கு லிம்பிக் மடல், ஹிப்போகேம்பல், அமெக்டலா, தலாமஸ், ஹைப்போதலாமஸ் போன்ற அறிவியல்பூர்வமான பகுதிகள், நம் வாயிற்குள் அகப்படாத பெயர்களில் அடுக்கடுக்காக வைக்கப்பட்டிருக்கும். இவையெல்லாம் இணைபிரியா இரத்த உறவுகளாக, ஒன்றுக்கொன்று அருகாமையில் இருந்தபடி ஏராளமான நுட்பமான வேலைகளை ஒருங்கிணைந்துச் செய்கின்றன. அதில் ஒரு பணியாகத்தான், நம்மை கண்ணீர்பொங்க அழவைத்து உணர்ச்சிவசப்படுகிற மனுசியாகவும் ஆக்கி வைத்திருக்கிறது!

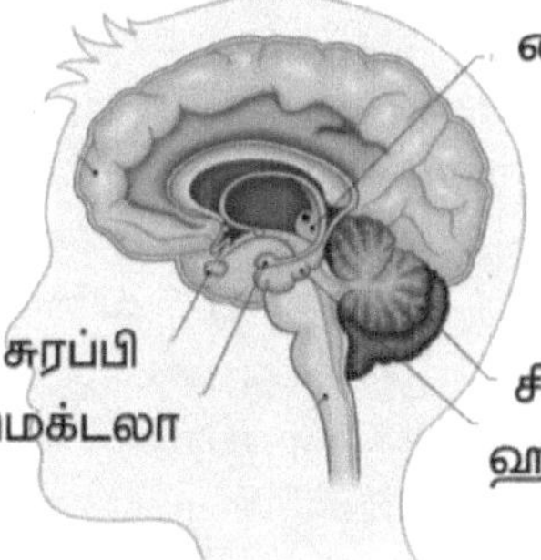

மனிதமூளை-குறுக்கு வெட்டுத் தோற்றம்

இந்த லிம்பிக் சிஸ்டத்தில் இருக்கிற அமெக்டெலா என்ற பகுதியே கொஞ்சம் விசித்திரமானதுதான். இங்குதான் நம்மைச் சுற்றிலும் அன்றாடம் நடக்கிற உணர்ச்சிபூர்வமான நிகழ்வு களெல்லாம் தொகுத்து, நம் ஐம்புலன்களின் வழியாக மூளையின் நூலகத்தினுள் அனுபவமாக சேமித்துவைக்கப்படுகின்றன. இங்கிருந்துதான் யாரேனும் நம்மை வருத்தமுறச் செய்கிறபோது 'ஓ...' வென்று கண்ணைக் கசக்கியபடி அழுவது, மனமுவந்து பாராட்டுகையில் முகம் வெட்கிச்சிவந்து பூரிப்பது, கோபத்தில் பற்களைக் கடிப்பது, நாக்கைத் துருத்துவது உள்ளிட்ட விதவிதமான உணர்வுகளை வெளிப்படுத்துவதற்கான கட்டளைகள் அனுப்பப் படுகின்றன. ஆனால் நம்முடைய வெளிப்பாடு எல்லாமே அமெக்டெலாவினுடைய கச்சிதமான இயக்குநர் வேலைதான் தாய்மார்களே!

நாமெல்லாம் சந்திக்கிற அன்றாட நிகழ்வுகளின் தன்மைக் கேற்ப, நமது உடல்மொழியை வெளிப்படுத்தச் செய்து, நம்மை ஒரு உணர்ச்சியுள்ள மனிதனாக காட்சிப்படுத்துவதிலே அமெக்டெலாவின் பங்கென்பது மிகவும் முக்கியமானது. இப்படியாக, நாம் உணர்ச்சிவசப்படுகையில் நம்மை அழவைத்து கண்ணீர் சிந்தவைப்பதற்கு அமெக்டெலா சிரத்தையோடு மெனக்கெடுவதைப் பற்றி நாமும் தெரிந்துகொள்ள வேண்டுமல்லவா!

பிள்ளையின் அழுகுரல் கேட்டவுடனே, பிரசவித்த களைப்பையெல்லாம் மறந்துவிட்டு, 'அடடா, பிள்ளை என்னைத்தான் தேடுகிறது' என்ற பரவசத்தில் தாய் தத்தளித்துக்கொண்டிருப்பாள். அவளும் பரிதவிப்போடு, தன் அருகாமையில் அமைதியாய் துயில்கொள்கிற குழந்தையின் கண்கொள்ளா அழகை ரசித்துப் பார்க்கிறாள், தொட்டுத் தழுவிக்

கொள்கிறாள், உச்சிமுகர்ந்து ஆசைதீர முத்தமிடுகிறாள். இப்படி அணுஅணுவாக பிள்ளையைப் தொட்டும், பார்த்தும், கேட்டும், நுகர்ந்தும், முத்தமிட்டும் ஐம்புலன்களால் உணரப்படுகிற அத்தனை தூண்டல்களுமே, முதுகுத்தண்டு நரம்புகளின்வழியே மூளைக்குள் சென்று அங்கே ஒரு வலைப்பின்னலின் முடிவில் அமெக்டெலாவுக்கே வந்து சேர்கின்றன. இப்படி, ஒவ்வொரு தாய்மார்களும் தங்கள் குழந்தைகளைப்பற்றி நேசத்தோடு எழுதுகிற அன்புக்கடிதம் தண்டுவட நரம்புகளின்வழியே அமெக்டெலாவின் அஞ்சல் பெட்டிக்குள் வந்து சேர்கிறது.

இங்குதான், ஏற்கெனவே எந்தச் சூழலுக்கு எத்தகைய பாவனையிலான முகபாவத்தை, உடல்மொழியை வெளிப்படுத்த வேண்டுமென்ற தகவலானது பொதிந்துவைக்கப்பட்டிருக்குமே! ஆக, பெற்றவளின் உணர்ச்சிமிக்க கடிதத்தை அமெக்டெலாவும் வரிவரியாக படித்துப் பார்த்து சிலிர்த்துப்போகிறது. இப்படியே போனால், பெற்றவளின் உணர்ச்சிகளெல்லாம் கட்டுக்கடங்காமல் போய் அவளுக்கு வலிப்பே வந்துவிடும் என்று பதறிப்போகிற அமெக்டெலா, சட்டென்று முடிவெடுத்து, ஒரு அவசரகால கட்டளையைப் பிறப்பிக்கிறது. அதாவது, அம்மாவின் எல்லா உணர்ச்சிக்கொந்தளிப்பையும் சமநிலைப்படுத்துகிறவகையில் மூளையின் கண்ணீர் சுரப்பு மையத்திற்கு தந்தியனுப்பி உடனடியாக கண்ணீர் மடையைத் திறந்துவிடச் செய்கிறது.

இவையெல்லாமே முழுக்கொள்ளளவை எட்டும்முன்பே, முன்னெச்சரிக்கையாக அணையை திறந்துவிடச் செய்கிற தொழில் நுட்பத்தைப் போலத்தான் தாய்மார்களே! நாம் அளவுக்கதிகமாக உணர்ச்சி வசப்படும்போது, மூளைக்குள் கசிந்திடும் தூண்டல்களால் வலிப்பு ஏற்படுவதற்கும் வாய்ப்பிருக்கிறது அல்லவா! ஆக, உணர்ச்சியின் எவ்வளவு மட்டத்திலே பெற்றவளுக்கு வலிப்பு வரும் என்கிற அளவீடுகளை அமெக்டெலா, தன் கைவசம் வைத்திருக்கும். அதன் சிவப்புக் கோடிட்ட அலாரத்திற்குரிய அளவை எட்டியதும் உடனே சத்தம்போட்டு மடையைத் திறந்து விடுவதற்கான முன்னறிவிப்பை வெளியிடுகிறது. இப்படியாக, கண்ணீரைத் திறந்துவிடுதன்மூலமாக நமது மனநிலையைச் சமநிலைப்படுத்தும் வேலையைத்தான் அமெக்டெலாவும் ஆரம்பத்திலிருந்தே செய்து வருகிறது.

இப்படி கண்ணீரை திறந்துவிடச் செய்கிற சமிக்ஞையை மின்னல் பாய்ச்சலில் மூளையின் நரம்புகள், விழிகளின் பக்கவாட்டில் உள்முகமாய் பதுங்கியிருக்கிற கண்ணீர் சுரப்புப் பைகளுக்குக் கொண்டுசெல்கிறது. அமெக்டெலாவின் அறிவுறுத்தல்படி, கண்ணீர்ப் பைகளை வலிக்காதவாறு மெல்ல அது பிழிந்தெடுத்து, இரண்டு கண்ணிலிருந்தும் கண்ணீரை தாரைதாரையாக கன்னங்களின் ஓடைகளில் வழிந்தோடச் செய்கிறது. அதோடுமட்டும் நிற்காமல் இதே சமிக்ஞைகள், அமெக்டெலாவின் அக்கம்பக்கத்திலிருக்கிற ஏனைய பகுதிகளுக்கும் கொண்டு செல்லப்படுகின்றன. இதனால் மற்ற மூளையின் பகுதிகளும் உற்சாகமாகி, இதன் கூட்டு இயக்கத்தால் முகத்திலிருக்கிற நுண்ணிய தசைகளை ஒரு பொம்மலாட்டக்காரனின் கைவித்தையைப் போல ஆட்டுவித்து, நம் முகத்தில் பலவிதமான முகபாவனைகளாக உருப்பெறச் செய்கிறது.

இதனால்தான் முகத்திலுள்ள தசைகளெல்லாம் ஒருசேர இயங்கி, நம் உணர்வுகளுக்கேற்ப உதடுகள் விரிய நாம் பொங்கிச் சிரிப்பதும், முகத்தில் இரத்தவெள்ளப் பாய்ச்சலில் வெட்கிச் சிவப்பதும், தசைகளெல்லாம் தளர்ந்துபோய் சோகமயமாகக் காட்சியளிப்பதுமாக எத்தனையோ பாவங்களாக நம்மை அந்தந்த உணர்ச்சியின் காட்சி வடிவிலே வெளிப்படுத்தச் செய்கிறது. அதேசமயம், கண்ணீரைப் பற்றியும் நாம் சில அடிப்படை விசயங்களைத் தெரிந்துகொள்ள வேண்டுமே!

பொதுவாக, நம் கண்களில் தூசி விழுந்தால் இமைகளை மூடித்திறந்து கசடுகளைத் துடைப்பதற்கும், கடற்சிப்பியைப் போல நொடிக்குக் கண்சிமிட்டுகிற இமைகளின் உராய்வை குறைப்பதற்கும், எப்போதுமே நம் கண்களில் பிறர் கண்களுக்குப் புலப்படாத அளவில் கண்ணீர் சுரந்துகொண்டேதான் இருக்கும். இப்படி, பொழுதிற்கும் பாதுகாப்புக்காகச் சுரக்கிற கண்ணீர் கருவிழியின்மேலே ஒரு படலம்போல இருப்பதால் இவை, எப்போதும் நம் கன்னங்கள் வழிய முகத்திலெல்லாம் வழிந்தோடுவதில்லை. இதனால் நாம் இதைப் பார்த்தறியவும் முடிவதில்லை.

ஆனால் நாம் உணர்ச்சிவசப்பட்டு தேம்பியழும்போது கண்ணீர் பேரருவியென முகத்திலே ஆர்ப்பரித்தபடி வழிய, ஒரு புதிய வழித்தடத்தையே அமைத்தபடி ஓடி நம் சட்டையெல்லாம் நனைய, நம்மை அடம்பிடித்தழுகிற குழந்தையைப்போலவே காட்சிப்படுத்திவிடுகிறது. அதையெல்லாம்விட அழுகையின் உச்ச

கட்டமாக நாசியிலிருந்து தடுமன் பிடித்ததைப் போல நீரொழுகவும் ஆரம்பித்துவிடுகிறது. இதையெல்லாம் நினைக்கையில், 'இதென்ன கொடுமை, அழுதால்கூட சளி பிடிக்குமா!' என்று, நமக்கெல்லாம் அதிசயமாகவும் ஆச்சரியமாகவும் இருக்கிறது. ஆனால் இப்படி தடுமன் பிடித்ததைப் போல மூக்கெல்லாம் சிவந்து, நீராய் வடிவதெல்லாம், நம் விழிகளிலிருந்து சுரந்த அதே கண்ணீர்தான் தாய்மார்களே!

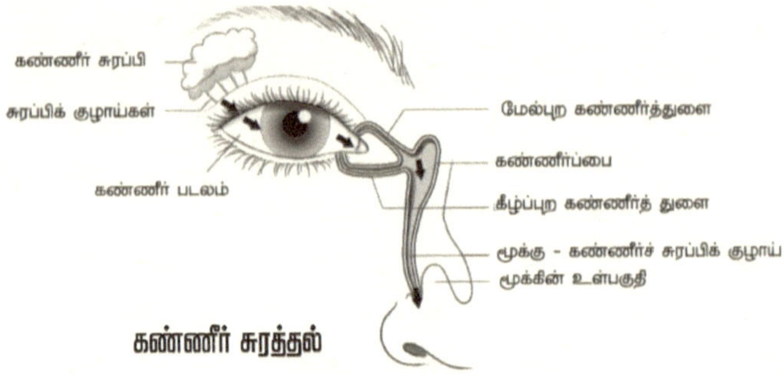

கண்ணீர் சுரத்தல்

நாம் அதீத உணர்ச்சிக்குள்ளாகும்போது, கண்ணீர்ப் பையிலிருந்து பெருக்கெடுத்து வெளியேறுகிற அதிகப்படியான கண்ணீர், நம் கன்னக்குழிகளின் வழியே வழிந்தோடுகிறது. அதேசமயத்தில், இருவிழிகளும் சந்திக்கிற உச்சிப்பொட்டில் உள்முகமாய் இருக்கிற கண்ணீர் வெளியேற்று குழாய்வழியாக மூக்குப்பகுதிக்குள் நுழைந்து நாசித்துளையாகவும் வெளியேறுகிறது. இதனால்தான் அழுகையின்போது, கன்னங்களில் வழிந்தோடுகிற கண்ணீரை கைக்குட்டைகள் நனைய துடைத்துக்கொண்டும், நாசியில் வழிகிற கண்ணீரை சளியென எண்ணிக்கொண்டு உர்ர்... ரென உறிஞ்சிய படியும் இருக்கிறோம். நம் கன்னத்தின் கால்வாயில் வழிந்தோடுகிற கண்ணீரைப் பார்த்தவுடனே, 'அட, இவ்வளவு பாசத்தை அடக்கி வைத்திருக்கிறார்களே!' என்று உச்சு கொட்டுகிறோம். அதேசமயம், கண்ணீர்ப்பையின் வெளியேற்று குழாய் வழியே சென்று மூக்கிலே வடிகிற கண்ணீரைப் பார்த்துவிட்டு, எவ்வளவு பாசமாக மூக்கில் நீர் வடிக்கிறான் பார் என்றெல்லாம் சொல்வதில்லையே!

சரி, இப்போது உணர்ச்சிப்பட்டு அழுவதற்கும், சிரிப்பதற்கும் அதனால் கண்கள்கொள்ள கண்ணீர் சுரந்து பொங்கி வழிவதற்குமான விளக்கத்தைப் பார்த்துவிட்டோம் அல்லவா! ஆக, இப்போது

மகிழ்ச்சியாக இருப்பதற்கும் அத்தகைய உணர்ச்சியினால் தாய்ப்பால் பெருகுவதற்குமான உறவென்ன என்பதைப் பற்றியும் கொஞ்சம் பார்த்துவிடுவோமே...

குழந்தைகள் மார்புக் காம்பில் கவ்விச் சுவைக்கிற தூண்டுதலின் வழியே உடனே மூளையும் உற்சாகமாகிவிடுகிறது. அது, தனது தாய்ப்பால் ஹார்மோன்களை இரத்தத்திலே சுரப்பதும், அதிலிருந்து தரிசனம்பெற்ற மார்பகங்கள் குதூகலித்தபடி தாய்ப்பாலை பெருக்குவதும் இயல்பாக நடக்கிறதல்லவா! ஆனால் இதற்கெல்லாம் தூபம் போடுவதென்னவோ அம்மாவின் உணர்ச்சிகள்தான்.

அதேசமயம், ஏதேனும் மனக்கசப்பில் பெற்றவள் குழப்பத்துடனோ, அசௌகரியத்துடனோ, மனச்சங்கடத்துடனோ, அழுதபடியோ, தாய்ப்பால் போதாத கலக்கத்துடனோ, எப்போதும் பசியில் அரற்றி அலறுகிற குழந்தைகள்மீதான பதட்டத்திலோ, தூக்கமே பிடிக்காத அல்லது பிள்ளை மீதான கவனத்தில் தூங்கவே முடியாத எரிச்சலுடனோ பாலூட்டுகையில், இத்தகைய எதிர்மறையான உணர்ச்சிகளெல்லாம் மூளையின் லிம்பிக் மண்டலத்திற்கு எடுத்துச் செல்லப்பட்டு அங்கே தாய்ப்பாலை சுரக்கவிடாமல் செய்வதற்கான வேலைகள் நடக்க ஆரம்பிக்கின்றன.

இந்த விசயத்தில் எப்போதும் நீதிமானாகிய ஹைப்போதலாமஸ், தன்னிடமிருக்கிற நரம்பு மண்டலத்தினுடைய ஆர்க்குலேட் மற்றும் பெரிவெண்டிரிகுளார் மையக்கருக்களின் புனிதநூலைப் படித்து, அதிலே சொல்லப்பட்டுள்ள போதனைகளின்படி பிரச்சினைகளை அலசிப் பார்க்கிறது. இப்படி பெற்றவளின் துக்கம், சந்தோசமாகிய உணர்ச்சிகளையெல்லாம் அலசிப் பார்த்து அதற்குண்டான தீர்ப்பை அளிக்கிறது. இதன் விளைவாக, தனது ‘டோபமின்’ என்கிற இரசவாத வேதிப்பொருளை இரத்தத்திலே தூவுகிறது. இப்படி ஒவ்வொருமுறையும் நாம் எதிர்மறையாகச் சிந்திக்கிறபோதெல்லாம், மூளையிலிருந்து டோபமின் வெளியேறிக்கொண்டே இருக்கும். இந்த டோபமின்களும் சட்டென்று உடனே இரத்தக் குழாய்களின்வழியே தந்திரமாக பிட்யூட்டரிக்குள்ளே நுழைந்துவிடுகின்றன.

இந்த டோபமின்னுடைய வேலையே, பிட்யூட்டரியில் தாய்ப்பாலை சுரக்கச்செய்கிற புரோலாக்டின் மற்றும் ஆக்ஸிடோசின் ஹார்மோன்களின் உற்பத்தியைத் தடுத்து நிறுத்துவதுதான். ஆகையால்தான் நாம் வருத்தமாக, சோகமாக, எரிச்சலாக,

பயத்துடன் இருக்கிற போதெல்லாம் ஹைப்போதலாமஸிடமிருந்து டோபமின் வெளியாகி நம் தாய்ப்பால் ஹார்மோன்களின் சுரப்பதைத் தடுத்து நிறுத்துகிறது. ஆக, இப்போது புரிகிறதா... பெத்தவ மனசு கோணாம நடந்துகோங்கப்பா! என்று பெரியவர்கள் ஏன் சொல்கிறார்கள் என்பதை.

அதேசமயம், அம்மாவுக்கும் பிள்ளைக்குமான அன்பு அதிகரிக்கும்போது இத்தகைய மகிழ்ச்சியாக உணர்வுகளெல்லாம் மீண்டும் மீண்டும் மூளைக்கு எடுத்துச்செல்லப்பட்டு அவை லிம்பிக் சிஸ்டத்தை ஓயாமல் தட்டி எழுப்பியபடியே இருக்கிறது. இப்படி ஒவ்வொருமுறையும் அமெக்டெலா தூண்டப்படுகிற போதெல்லாம் நரம்புகளும் ஹைப்போதலாமஸிடம் சென்று, 'எப்பா, கொழந்த அழுறது பத்தாதுனு அந்தம்மாவும் பாசத்துல பொங்கி அழுகுறதுக்குள்ள, பிட்யூட்டரி கிட்டச் சொல்லி கொஞ்சம் சீக்கிரமா தாய்ப்பாலை சுரக்கச் சொல்லப்பா' என்று கெஞ்சிக் குழைந்தே பணிய வைத்துவிடுகிறது.

உடனே ஹைப்போதலாமஸூம் 'ம்ம்.. சரி சரி, ஆகட்டும்' என்று பிட்யூட்டரிக்கு தாய்ப்பால் ஊட்டுவதற்கான ஒப்பந்தப் பணி ஆணையை பிள்ளைகள் பால்குடிக்கிற காலம் வரைக்கும் நிபந்தனையின்றி வழங்கிவிடுகிறது. ஆக, பிட்யூட்டரியுமே தனது தாய்ப்பால் ஹார்மோன்களை குழந்தைகள் பால்குடி மறக்கிற காலம் வரையிலும் சுரந்து அதனால் தொடர்ந்து இரு மார்பகத்திலும் தாய்ப்பாலை அளவில்லாமல் பெருகச் செய்தபடியே இருக்கிறது.

இதனால்தான், குழந்தையின் ஞாபகம் வருகிறபோதும், அவர்களின் அழுகுரல் கேட்கிறபோதும் சட்டென்று அத்தகைய உணர்வுகள் லிம்பிக் மண்டலத்தால் உணரப்பட்டு, இரண்டு மார்பிலும் தாய்ப்பாலை ஓயாமல் சுரக்கச் செய்துவிடுகிறது. பேரன்பிற்குரிய தாய்மார்களே! உங்களது பிள்ளையைப் பற்றி நினைத்தாலே தாய்ப்பால் சுரக்கிறதென்றால், தன் பிள்ளையே கதியெனக் கிடக்கிற உங்களுக்கு அனுதினமும் தாய்ப்பால் சுரக்காமலா போய்விடும்! சொல்லுங்கள் பார்ப்போம்.

படுக்கையில் குழந்தைகள் கை, கால்களை உதைத்தபடியே அழுவதையும், சிரிப்பதையும் ஓரக்கண்ணால் பார்த்துக்கொண்டே அம்மாக்கள் அருகிலேயே படுத்திருப்பார்கள். குழந்தைகள் ஒவ்வொரு விரல்களாகச் சப்பிக்கொண்டே அம்மாவைப் பார்த்து 'ங்கே... ங்கே...' என்றபடி மழலை மொழியில் பேசுவதைக்

கேட்டவுடன் 'என்னடா செல்லம், பசிக்குதா...' என்று அம்மாக்களும் பதிலுக்குக் கொஞ்சிப் பேசியபடியே இருப்பார்கள். இப்படியான மகிழ்ச்சியான நேரங்களிலெல்லாம், டோபமின் என்கிற வேதிப்பொருள் வெளியே கொஞ்சம்கூட எட்டிப் பார்ப்பதில்லை. இதனால்தான் தாய்ப்பால் ஹார்மோன்கள் சுரப்பதற்கென்று எந்த இடையூறுமே இறுதிவரை ஏற்படுவதேயில்லை.

இதில் இன்னொரு விசயமாக, ஆக்சிடோசின் ஹார்மோன்கள் சுரந்தவுடனே அவை அம்மாவிற்கு கூடுதலான உதவியும் செய்கிறது. இந்த ஹார்மோன்கள் மூளையின் லிம்பிக் மண்டலத்திற்குச் சென்றவுடன், 'பாருங்களேன் அம்மா... இனி, ஒன்றுமே பிரச்சினையில்லை. எல்லாம் நல்லபடியாகத்தான் போய்க்கொண்டிருக்கிறது' என்று அமைதிப்படுத்துகிற வேலையிலும், 'நம் பிள்ளையின் வயிறு நிறைவதற்கு கங்கையின் தீராத பெருந்தீர்த்தம்போல தாய்ப்பால் சுரந்துகொண்டே இருக்கையில், குழந்தையுடன் கொஞ்சிக் குலாவி விளையாடிக் களிப்பதைவிட இனி, உனக்கு வேறென்ன வேலையிருக்கிறது' என்று, அம்மாக்களைத் தட்டிக் கொடுத்து ஊக்கப்படுத்துகிற வேலையிலும் ஈடுபடுகிறது. இதனால்தான் அம்மாக்கள், தன் பிள்ளை எப்படி இருந்தாலும் சரி, 'என் பிள்ளை தங்கமாக்கும், தெரியுமா...' என்று பெருமிதம் கொள்கிறார்கள். இதற்கெல்லாம், இந்த ஆக்சிடோசின் ஹார்மோன்கள்தான் காரணம்.

இப்போது 'கண்ணீரைப்போன்றே தாய்ப்பாலும் உணர்வுபூர்வமாக சுரக்கக்கூடிய ஒன்றுதான் என்பதை நன்றாகப் புரிந்துகொண்டோம் அல்லவா!' இத்தகைய உணர்வுபூர்வமான விசயங்களைக் கையாள்கிற ஒன்றைத்தான் நாம், நமக்குத் தெரிந்த மொழியில் காலங்காலமாக 'மனசு' என்று சொல்லிக்கொண்டு வருகிறோம். இந்த மனசு, எப்போதெல்லாம் சந்தோசமாக இருக்கிறதோ, அப்போதெல்லாம் உடம்பிலுள்ள எல்லா உறுப்புகளும் சரியாக வேலை செய்துகொண்டே இருக்கும். அதாவது, பிள்ளை பெற்றவளின் மனசு எப்போதெல்லாம் மகிழ்ச்சியாக இருக்கிறதோ, அப்போதெல்லாம் தாய்ப்பாலும் தங்கு தடையில்லாமல் சுரந்து கொண்டுதான் இருக்கும் என்பதைப் புரிந்து கொள்ளலாம்.

ஆகவே, அருமைத் தாய்மார்களே! தாய்ப்பாலூட்டும் காலங்களில் உடலுக்கு ஈடாக நம்முடைய மனதைப்பற்றியும் நாம் கூடுதலாக கவனம் செலுத்தவேண்டியிருக்கிறது. தாய்ப்பால்

சுரப்பதற்கான மருந்து, மாத்திரைகள், உணவுகள் என்பதெல்லாம் தாண்டி, பெற்றவளுடைய சந்தோஷம்தான் தாய்ப்பால் சுரப்பதற்கான மிக முக்கியமான விசயம் என்பதை, இப்போது விஞ்ஞானபூர்வமாக உணர்ந்துகொண்டோம் அல்லவா! ஆக, இனிமேலாவது நாம் கட்டாயம் தாய்ப்பால் புகட்டுகிற அம்மாக்களை மகிழ்ச்சியோடு பார்த்துக்கொள்வோம்தானே!...

★★★

www.ingramcontent.com/pod-product-compliance
Lightning Source LLC
LaVergne TN
LVHW060130051026
849517LV00007B/2437
* 9 7 8 9 3 9 5 7 7 6 6 2 2 *